PHÙ TRỢ NGƯỜI LÂM CHUNG

PHÙ TRỢ NGƯỜI LÂM CHUNG
DAGPO RINPOCHE

DIỆU HẠNH GIAO TRINH *Việt dịch*
NGUYỄN MINH TIẾN *hiệu đính và giới thiệu*

Bản quyền Việt dịch thuộc về dịch giả và Nhà xuất bản Liên Phật Hội (United Buddhist Publisher).

Copyright © 2016 by Nguyen Minh Tien
ISBN-13: 978-1545476642
ISBN-10: 1545476640

© All rights reserved. No part of this book may be reproduced by any means without prior written permission from the publisher.

DAGPO RINPOCHE

DIỆU HẠNH GIAO TRINH *Việt dịch*
NGUYỄN MINH TIẾN *hiệu đính và giới thiệu*

PHÙ TRỢ
NGƯỜI LÂM CHUNG

Những điều cần biết để giúp đỡ người thân trong giây phút lâm chung, và để chuẩn bị sẵn sàng cho cái chết của chính mình.

NHÀ XUẤT BẢN LIÊN PHẬT HỘI

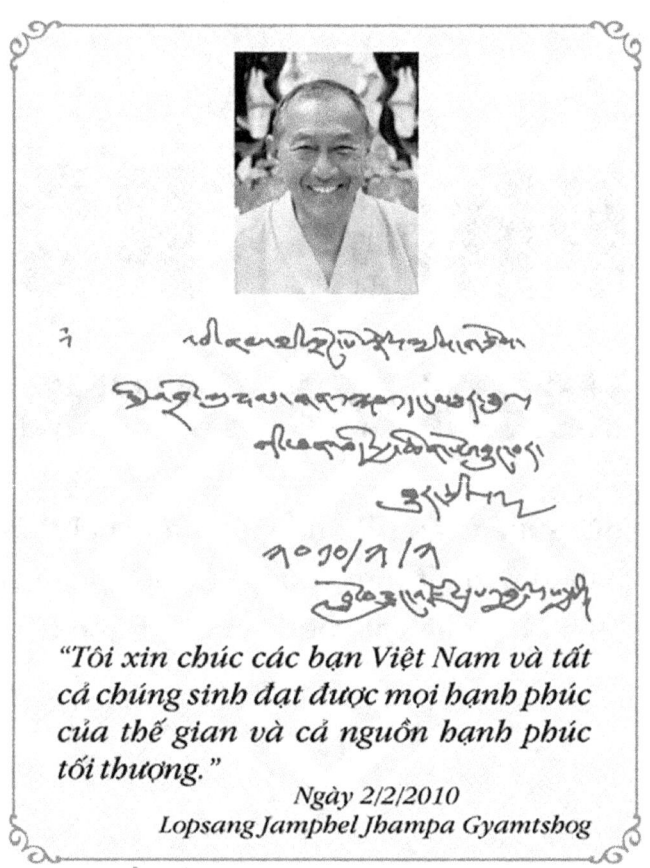

"Tôi xin chúc các bạn Việt Nam và tất cả chúng sinh đạt được mọi hạnh phúc của thế gian và cả nguồn hạnh phúc tối thượng."

Ngày 2/2/2010
Lopsang Jamphel Jhampa Gyamtshog

THỦ BÚT CỦA ĐẠI SƯ DAGPO RINPOCHE

Được ban cho dịch giả để bày tỏ sự hoan hỷ đối với việc chuyển dịch sách này sang Việt ngữ.

LỜI GIỚI THIỆU

Tôi nhận được bản Việt dịch này như một món quà hoàn toàn mang tính cách cá nhân, nghĩa là được gửi đến cho riêng tôi, từ một người bạn hiện đang sống nơi Kinh đô Ánh sáng - Paris, Pháp quốc. Tôi đã hết sức vui mừng, vì nội dung bản dịch chính là những gì tôi đang khao khát tìm kiếm từ nhiều năm qua.

Khi tôi viết những dòng này thì cha tôi đã bước vào năm thứ 88 của cuộc đời, và mẹ tôi vừa sang tuổi 81. Cả hai vị tuy vẫn còn khỏe mạnh, nhưng là cái khỏe mạnh rất mong manh của tuổi già, và không có bất cứ lý do nào để tôi có thể tin được - dù rất muốn như thế - là các vị sẽ còn ở lại lâu dài với tôi. Sự thật là trong hàng chục năm qua tôi vẫn luôn thao thức trăn trở về ngày ra đi của các vị. Là Phật tử, tôi không hề tránh né sự thật nên vẫn luôn tìm kiếm một phương thức nào đó để có thể đối mặt và chuẩn bị thật tốt cho những ngày cuối của cha mẹ mình, nhất là trong ý nghĩa tinh thần. Hơn thế nữa, chính bản thân tôi cũng đã hơn một lần có thể gọi là "trở về từ cõi chết", nên tôi có thể cảm nhận sâu sắc lẽ vô thường một cách cụ thể và tất yếu như những gì mắt thấy tai nghe chứ không như một lý thuyết trừu tượng có được qua suy tưởng. Mỗi ngày tôi luôn tự nhắc nhở mình về một sự ra đi có thể vào bất cứ lúc nào. Vì thế, câu hỏi trước tiên của tôi trong ngày bao giờ cũng là: "Điều gì cần thiết nhất phải làm nếu hôm nay là ngày cuối của đời mình?"

Và tập sách này đã đến với tôi trong tâm trạng như thế đó. Vì vậy, chỉ riêng cái tựa đề của nó cũng đã đủ cuốn hút tôi rồi! Thật ra thì cách đây nhiều năm tôi đã từng chuyển dịch và bình giải quyển Tử thư (Bardo Thödol) nổi tiếng của Phật giáo Tây Tạng.[1] Tất nhiên là tôi không có và cũng không đủ khả năng đọc nguyên bản tiếng Tây Tạng, nên đã sử dụng bản dịch Anh ngữ có tựa đề "The Tibetan Book of the Death" của Lama Kazi Dawa Samdup. Tuy vậy, tôi tin chắc là mình không đến nỗi bỏ sót bất cứ nội dung quan trọng nào của tập sách, vì mấy năm sau khi có dịp tiếp xúc với bản luận giảng Anh ngữ "Death, Intermediate State and Rebirth in Tibetan Buddhism" của Đại sư Lati Rinbochay thì tôi nhận ra những gì mình đã hiểu được qua bản dịch cuốn Tử thư cũng hoàn toàn phù hợp với lời dạy của Đại sư.

Mặc dù vậy, tôi không nghĩ là tất cả Phật tử Việt Nam, chẳng hạn như cha mẹ tôi, có thể dễ dàng tiếp nhận những ý tưởng được trình bày trong Tử thư. Nói cho cùng, nếu chưa có được một nền tảng hiểu biết nhất định về Phật giáo Tây Tạng cũng như một đức tin vững chắc - thậm chí là tuyệt đối - vào những gì được thuyết dạy trong Tử thư, thì người đọc sẽ rất khó lòng tiếp nhận được những ý nghĩa tuy rất sâu xa nhưng hết sức trừu tượng và cô đọng được chuyển tải trong

---

[1] Độc giả có thể tìm đọc "Người chết đi về đâu" - bản Việt dịch của Nguyễn Minh Tiến, NXB Liên Phật Hội, 2016,.

đó. Đây cũng chính là lý do vì sao trong một quãng thời gian dài rất lâu trước đây tập sách này không được phổ biến rộng rãi mà chỉ dành riêng cho các vị hành giả, các bậc thầy đang đảm nhiệm việc phù trợ, giúp đỡ những người lâm chung hoặc vừa mới qua đời.

Nhưng việc tiếp nhận nội dung tập sách "Phù trợ người lâm chung" này lại là một điều hoàn toàn khác, mặc dù nó cũng được thuyết giảng bởi một vị Đại sư thuộc Phật giáo Tây Tạng và cũng nói về cùng một chủ đề như quyển Tử thư. Từ khi bắt đầu đọc những dòng đầu tiên, tôi đã hầu như không thể rời mắt ra cho đến những dòng cuối cùng. Tôi như người đang trong cơn khát cháy bỏng vội vàng uống lấy từng ngụm nước trong mát đổ xuống từ cơn mưa Pháp này. Và lạ lùng thay, là một người tu tập theo pháp môn Tịnh độ, lần đầu tiên tôi bất ngờ nhận ra rằng những điều được thuyết giảng ở đây là hoàn toàn phù hợp với giáo lý Tịnh độ mà tôi đã từng được biết. Nói cách khác, theo nhận thức của riêng tôi thì tập sách này có thể xem như cầu nối quan trọng giữa những phần giáo pháp về sự chết trong Phật giáo Tây Tạng với pháp môn Tịnh độ vốn vô cùng quen thuộc với đa số Phật tử Việt Nam. Qua tập sách này, người đọc có thể nhận ra những khác biệt trong cách biểu đạt của hai nền giáo pháp, nhưng thực sự là hoàn toàn tương đồng về mặt nội dung, ý nghĩa.

Vì thế, điều trước tiên tôi nghĩ đến sau khi đọc xong bản Việt dịch sách này là phải làm sao chia sẻ Pháp bảo này đến với tất cả mọi người. Hoan hỷ thay, dịch giả là chị Diệu Hạnh Giao Trinh (Paris, Pháp quốc) đã tán thành ý định của tôi và hết lòng khuyến trợ. Chị đã kính cẩn trình lên Đại sư Dagpo Rinpoche ý định này và được ngài hoan hỷ chuẩn thuận. Từ đó, chúng tôi đã cùng nhau nỗ lực làm việc để có thể sớm giới thiệu bản dịch này đến với độc giả.

Thật ra, những lời dạy mà Đại sư đã ban ra là hết sức hoàn chỉnh. Nhưng vì toàn bộ nội dung này được đưa ra trong các Pháp hội khác nhau, dành cho một số thính chúng nhất định, nên cách trình bày tất nhiên có phần khác với một quyển sách. Đại sư hoàn toàn không có ý định biên soạn một quyển sách, và việc ghi chép lại nội dung để rồi chuyển dịch, in ấn và phổ biến là những việc tùy duyên mà phát sinh, không nằm trong chủ đích ban đầu của người thuyết giảng. Tuy vậy, Ngài đã hết sức hoan hỷ tán trợ khi biết được việc làm của chúng tôi, và thậm chí đã dành thời gian chú nguyện cho công việc của chúng tôi luôn được thuận lợi, tốt đẹp.

Nhân đây cũng xin lược nói qua đôi dòng về Đại sư Dagpo Rinpoche (Dagpo Rimpoché - Lobsang Jhampel Jhampa Gyamtshog), một trong những bậc cao tăng hiếm hoi của thời đại này. Ngài sinh năm 1932 tại Nandzong, vùng Dagpo thuộc Đông nam Tây Tạng, và cũng năm ấy Ngài được đức Đạt-lai Lạt-ma thứ 13 Thubten Gyatso (1876-1933) xác nhận là hóa thân tái sanh của Đại sư Dagpo Lama Rinpoche Jampel Lhundrup thuộc dòng truyền thừa Gelupa, từng là Viện trưởng Viện Dagpo Datsang ở vùng Dagpo. Năm

Lời giới thiệu

lên sáu, Ngài được đưa vào học tại Tu viện Bamchoe (Bamchoe Monastery) và đến năm 13 tuổi Ngài được theo học ở Viện Dagpo Datsang (Dagpo Shedrup Ling), vốn nổi tiếng hết sức nghiêm khắc và kỷ cương. Tiêu chuẩn đào tạo của Viện này là rất cao xét về mọi lãnh vực Phật học, nhưng đặc biệt là hết sức chú trọng vào giáo pháp Lam-rim. Đại sư Dagpo Rinpoche từng được theo học với 34 bậc thầy uyên bác về Phật học, trong số đó có cả đức Đạt-lai Lạt-ma 14 và hai bậc thầy dạy của ngài là Kyabje Ling Rinpoche và Kyabje Trijang Rinpoche.

Đại sư Dagpo Rinpoche học tại Datsang cho đến năm 1954. Năm 1959, Ngài theo đức Đạt-lai Lạt-ma thứ 14 sang Ấn Độ rồi ngay năm sau đó Ngài sang định cư ở Pháp theo lời mời của các giáo sư Đại học và sự cho phép của đức Đạt-lai Lạt-ma. Tại đây, Ngài dạy tiếng Tây Tạng ở trường Langues O trong suốt 16 năm, nhưng không giảng dạy Phật pháp vì xét thấy chưa đủ cơ duyên. Từ năm 1976, vâng theo huấn thị của các bậc thầy của Ngài, Ngài bắt đầu việc giảng dạy Phật pháp. Năm 1978, Ngài thành lập Phật học viện Guepele Tchantchoup Ling (sau đó trở thành Ganden Ling Institute) tại Paris. Hiện nay Ngài vẫn thường xuyên thuyết giảng tại Phật học viện này.

Vừa dạy Tạng ngữ, Ngài vừa đào tạo nhiều dịch giả, trong số đó có cô Marie Stella Boussemart chuyên dịch Tạng-Pháp và cô Rosemary Patton chuyên dịch Tạng-Anh. Họ đã theo Ngài trong tất cả các chuyến đi thuyết giảng khắp các nước như Italy, Switzerland, Holland,

Belgium, Canada, Anh, Hoa Kỳ, Ấn Độ, Indonesia, Malaysia... và đặc biệt là ngay tại Pháp quốc.

Từ năm 2006 đến 2008, Ngài đã năm lần liên tiếp thuyết giảng về đề tài "phù trợ người lâm chung", mỗi lần kéo dài suốt hai ngày. Từ cơ duyên này, cô Marie Stella Boussemart đã thực hiện việc ghi chép tổng hợp nội dung của cả năm lần thuyết giảng thành một bản tiếng Pháp. Và chính nhờ đó mà chúng ta có được bản Việt dịch của đạo hữu Giao Trinh từ bản tiếng Pháp này.

Công việc chính của chúng tôi chỉ là rà soát lại toàn bộ bản Việt dịch để loại bỏ tất cả những sai sót trong việc ghi chép, chuyển dịch; đồng thời cũng thực hiện một số thay đổi cần thiết và thích hợp để chuyển từ lối văn nói sang phong cách văn viết. Những việc làm này đều nhắm đến một mục đích duy nhất là giúp người đọc có thể nhận hiểu dễ dàng hơn nhờ vào những cách diễn đạt rõ ràng, mạch lạc, và tất nhiên là vẫn trên tinh thần tôn trọng tuyệt đối những gì Đại sư đã nói ra. Đôi khi, chúng tôi cũng thêm các tiểu tựa hoặc phân đoạn lại một vài nơi, nhằm tạo ra một kết cấu chặt chẽ và hoàn chỉnh hơn cho tập sách. Xét cho cùng, từ những nội dung được trình bày cho một thính chúng cá biệt vào một thời điểm nhất định, có phần nào đó mang tính chất ứng cơ và tùy biến đối với người nghe, thì việc chuyển sang thành một quyển sách có kết cấu hoàn chỉnh dành cho tất cả mọi người không thể là một chuyện dễ dàng và có thể tùy tiện được. Vì thế, chúng tôi đã hết sức cẩn trọng trong công việc và luôn cố gắng để hạn chế mọi sai sót. Mặc dù vậy, nếu có những khuyết điểm nào thuộc về phần việc của chúng tôi làm cho độc giả cảm thấy không được hài lòng hoặc khó tiếp nhận, chúng tôi xin chân thành nhận lỗi về mình vì chắc chắn điều đó chỉ có thể là do khả năng hạn chế cũng như tầm nhận thức còn chưa thấu triệt của bản thân chúng tôi mà thôi.

Trở lại với nội dung sách này, đây có thể nói là một chủ đề vừa quen vừa lạ đối với hầu hết chúng ta. Nói là quen, vì có mấy ai trong chúng ta lại chưa từng một lần đối diện với cái chết của một trong những người thân của mình? Hơn thế nữa, còn có điều gì tương đồng và phổ biến đối với tất cả chúng ta hơn là cái chết? Kể từ khi ta mở mắt chào đời, cái chết đã bắt đầu lừng lững tiến dần về phía chúng ta, không thể tránh né, không thể ngăn chặn, cũng không thể làm cho chậm lại... Cứ như thế, tất cả chúng ta đều hoàn toàn bất lực trong sự chờ đợi một sự kiện kinh hoàng không sao tránh khỏi là cái chết.

Thế nhưng cái chết cũng là một sự kiện hoàn toàn xa lạ đối với tất cả chúng ta. Bởi không ai trong chúng ta đã từng tự mình trải nghiệm cái chết! Chúng ta chỉ nhìn thấy người khác chết và được nghe nói về cái chết từ những người... chưa bao giờ chết. Nếu đã thế thì làm sao ta có thể biết được gì về cái chết? Thử hình dung, khi cơ hội đến với ta để thực sự cảm nhận và hiểu biết được đôi điều về cái chết, thì cũng đã không còn cơ hội nào nữa để ta có thể kể lại về những kinh nghiệm tự thân đó cho tất cả mọi người. Ít ra thì điều này cũng là đúng với hầu hết những người bình thường. Và vì thế, mặc dù "cánh cửa tử" là rất gần và có thể mở ra với mỗi chúng ta bất cứ lúc nào, nhưng những gì "bên kia cửa tử" dường như vẫn là một bí ẩn muôn đời đối với những kẻ phàm phu.

Nhưng may mắn thay cho cho tất cả chúng ta, vì một đại sự nhân duyên nên cách đây hơn 25 thế kỷ đức Phật Thích-ca Mâu-ni đã ra đời. Với trí tuệ toàn giác, Ngài là người đầu tiên đã có thể mô tả về cảnh giới sau khi chết cũng như mọi tiến trình diễn tiến của sự chết. Những điều này được Ngài thấy biết như thật bằng vào sự thực chứng của kinh nghiệm tự thân, hoàn toàn không xuất phát từ bất kỳ một lý thuyết suy diễn nào. Hơn thế nữa, những phương pháp tu tập để đạt đến sự chứng nghiệm về sự chết đã được Ngài truyền dạy lại, và từ đó đến nay đã có vô số các vị đại sư, hành giả... thực hành thành công, đạt đến sự thấy biết như thật về sự chết và mọi tiến trình của nó. Sự chứng nghiệm này là nền tảng quan trọng giúp các vị kiểm soát được hoàn toàn sự chết và tái sinh, hay ít ra cũng là có thể tự chọn lấy một con đường lợi lạc hơn, tốt đẹp hơn cho chính bản thân mình sau khi chết.

Phật giáo luôn xem vấn đề sống chết là điều quan trọng nhất cần phải được nhận hiểu một cách thấu đáo. Đây là điểm tương đồng giữa tất cả các tông phái khác nhau trong Phật giáo. Thiền tông luôn quan niệm sinh tử là việc tối quan trọng của một thiền giả, và chính vì cái "sinh tử sự đại" này mà thiền sư Huyền Giác khi đến tham bái Lục tổ đã chống tích trượng đứng trơ trơ không lễ lạy! Chỉ sau khi giải quyết xong chuyện tối quan trọng này rồi ngài mới chí thành phủ phục lễ bái Tổ sư. Vì thế, có thể nói người tu Thiền không sợ chết, nhưng lại sợ nhất là không hiểu rõ về cái chết. Một khi chưa thấu triệt vấn đề sinh tử, hay nói một cách khác là chưa biết chắc được mình sẽ đi đâu về đâu sau khi chấm dứt cuộc sống này, thì hành giả dù có miên mật công phu đến đâu cũng chưa thể xem là đã nắm chắc được mục tiêu giải thoát.

Đối với các hành giả Mật tông thì điều này lại càng dễ dàng nhận thấy hơn. Toàn bộ công phu hành trì tu tập của một hành giả trong suốt cuộc đời hầu như chỉ hướng đến một mục đích duy nhất là chuẩn bị cho cái chết. Sở dĩ như thế là vì theo Mật tông thì trừ ra một số rất ít các vị đại hành giả có thể đạt được chứng ngộ và giải thoát ngay trong đời sống, còn đối với hầu hết mọi người thì thời điểm chết sẽ là cơ hội tốt nhất, thuận lợi nhất để một hành giả đạt được sự giải thoát. Kinh điển Mật tông dạy rằng, khi thân tứ đại tan rã cũng là thời điểm tâm thức sẽ có một sự "lóe sáng" rất gần với tâm thức giác ngộ, và nếu chúng ta không có sự tu tập để tận dụng cơ hội này thì sau đó nghiệp lực sẽ hiện hành, tiếp tục xô đẩy, dẫn dắt chúng ta vào các cảnh giới tái sinh trong sáu nẻo luân hồi.

Riêng đối với những người tu tập theo pháp môn Tịnh độ thì sự chết chính là đích đến của một đời tu tập. Giáo lý Tịnh độ không nói nhiều về tiến trình của sự chết, nhưng xác quyết một điều là chắc chắn có sự tái sinh sau khi chết. Trên căn bản đó, nếu người tu chuẩn bị tốt các món tư lương là tín, nguyện và hạnh thì chắc chắn sẽ được sự tiếp dẫn của đức Phật A-di-đà cùng Thánh chúng và được vãng sinh về cõi Tịnh độ của Ngài.

Thật ra, kinh điển Mật tông cũng nhắc đến sự tiếp dẫn của chư Phật, nghĩa là rất nhiều vị Phật ở các cõi Tịnh độ khác nhau chứ không chỉ riêng đức Phật A-di-đà, và việc vãng sinh về cõi Tịnh độ nào là tùy theo sự phát nguyện của hành giả. Theo sách Đại Đường Tây vực ký thì ngài Tam tạng Pháp sư Huyền Trang đã phát nguyện vãng sinh lên cõi Tịnh độ của đức Bồ Tát Di-lặc, tức là cung trời Đâu-suất. Trước giờ lâm chung, Ngài đã được nhìn thấy những điềm lành rõ rệt báo trước sự vãng sinh của Ngài, và Ngài đã nói với các đệ tử một cách chắc chắn về việc Ngài sẽ tái sinh lên cung trời Đâu-suất để tiếp tục học hỏi giáo pháp với Bồ Tát Di-lặc.

Như vậy, cho dù là Thiền tông, Mật tông hay Tịnh độ... sự tương đồng ở đây chính là một nỗ lực tích cực trong suốt cả cuộc đời để hướng đến việc chuẩn bị tốt cho giây phút cuối đời. Mỗi tông phái có những pháp môn khác nhau để đạt đến mục đích này, nhưng đi vào luận giải thì tất cả đều tương hợp, tuy có những nét khác biệt nhau trong hình thức biểu đạt nhưng không hề có sự mâu thuẫn về nội dung, ý nghĩa. Chính bản thân tôi sau khi được đọc qua những lời giảng của Đại sư Dagpo Rinpoche trong tập sách này mới nhận ra và xác quyết điều đó.

Lời giới thiệu

Vì thế, tôi tin chắc một điều là tập sách này không chỉ dành riêng cho những ai đang tu tập theo Phật giáo Tây Tạng. Sự thật là những lời dạy của Đại sư Dagpo Rinpoche có thể mang đến lợi lạc cho tất cả chúng ta, không chỉ những người Phật tử mà kể cả những người theo tôn giáo khác, và không chỉ cho những người có tín ngưỡng mà kể cả những ai chưa đặt niềm tin vào bất cứ tôn giáo nào.

Vì sao vậy? Vì những gì được đề cập ở đây là những vấn đề rất thiết thực có liên quan đến mọi con người và mỗi người chúng ta đều có thể tự mình kiểm nghiệm tính đúng đắn của những vấn đề đó ngay trong cuộc sống; vì những phương thức được đề xuất ở đây là những điều mà bất cứ ai cũng có thể làm được nếu có một chút lưu tâm và nỗ lực, và đều sẽ nhận được những lợi lạc vô biên từ việc thực hành những phương thức đó; và cuối cùng là vì dù muốn hay không muốn, dù tin hay không tin thì tất cả chúng ta đều phải đối mặt từng ngày trước cái chết đang đến gần với những người thân yêu của mình, rồi cuối cùng là cái chết của chính bản thân mình. Suy cho cùng, cho dù ai đó chưa có niềm tin vững chắc vào những gì được trình bày ở đây thì liệu họ có thể có được một lựa chọn nào khác để giải quyết vấn đề sống chết? Và đã thế thì, sao không thử qua một lần cho biết nhỉ?

Những lời dạy của Đại sư Dagpo Rinpoche trong sách này nói riêng và Phật pháp nói chung đã mang lại quá nhiều lợi lạc cho bản thân tôi và cả gia đình tôi. Vì thế, tấm lòng tri ân thành kính của chúng tôi đối với Tam bảo là không thể nói hết ở đây. Việc cố gắng giới thiệu sách này đến với tất cả mọi người chỉ là một trong những nỗ lực nhỏ nhoi để đáp đền hồng ân Tam bảo, mặc dù chúng tôi luôn tự biết về khả năng hạn chế và kiến thức giới hạn của chính bản thân mình trước công việc khó khăn này. Trên tinh thần đó, chúng tôi xin hoan hỷ đón nhận mọi sự góp ý chỉ dạy từ các vị thức giả gần xa, để những sai sót nếu có đều sẽ được chỉnh sửa trước khi tái bản.

Mong sao tất cả những ai có duyên may gặp được sách này đều sẽ nhận được những lợi ích vô biên từ Phật pháp, hoặc chí ít cũng sẽ cất đi được cái gánh nặng muôn đời của nỗi ưu tư về cái chết.

Mong sao tất cả những ai hiện đang và sẽ đối mặt với nỗi kinh hoàng của cái chết đều sẽ nhận được sự quan tâm giúp đỡ thích đáng từ những người còn sống để không phải cảm thấy sợ hãi và bơ vơ lạc lõng khi sắp cất bước lên đường, trước một cuộc hành trình chưa biết sẽ về đâu.

Mong sao tất cả những ai đã, đang hoặc sẽ phải đối mặt với cái chết của những người thân yêu đều sẽ nhận hiểu được những lời dạy sáng suốt này để có thể tự mình xua tan mọi nỗi lo sợ và đau khổ, có thể thắp lên ngọn đèn Chánh pháp vào đúng lúc để giúp soi rõ con đường đi bên kia cửa tử cho người lâm chung.

Cuối cùng, thay mặt tất cả những ai đã, đang và sẽ nhận được vô vàn lợi ích từ tập sách này, xin kính dâng lên Đại sư Dagpo Rinpoche lòng biết ơn chân thành đối với tâm từ bi vô hạn và những lời thuyết giảng đầy

Lời giới thiệu

trí tuệ của Ngài; xin cảm niệm công đức vô lượng của cô Marie Stella Boussemart, người đã thực hiện ghi chép bản Pháp ngữ, và đạo hữu Giao Trinh, người đã chuyển dịch từ Pháp ngữ sang Việt ngữ với một sự cẩn trọng và tâm nguyện vị tha rộng lớn; xin tri ân tất cả các thiện tri thức, các thân hữu gần xa đã góp phần trực tiếp cũng như gián tiếp, vật chất cũng như tinh thần cho sự hình thành và ra đời của tập sách này.

Xin hồi hướng mọi công đức về cho toàn thể pháp giới chúng sinh, nguyện cho tất cả đều sẽ phát tâm Bồ-đề, tinh tấn tu tập và sớm đạt được giác ngộ viên mãn.

Trân trọng
NGUYỄN MINH TIẾN

DẪN NHẬP

Trước hết, theo truyền thống Tây Tạng, và nhân danh tất cả những người đồng hương của tôi, có mặt hay vắng mặt, và nói chung là nhân danh tất cả Phật tử, xin cho tôi nói câu *"Tashi délég"*, nghĩa là "chào mừng quý vị"!

Tôi vô cùng hạnh phúc có được dịp này để gặp quý vị, vì tôi nghĩ rằng sự gặp gỡ này cũng là một cơ hội để chúng ta trao đổi với nhau. Chúng ta rất đông, ai cũng phải mất công sức đến nơi này, và tôi cũng biết rằng có nhiều người đã phải đi xa, rất xa nữa là khác, không những từ nhiều tỉnh khác của nước Pháp mà còn từ nhiều quốc gia khác nữa. Giữa chúng ta đây còn có những người đặc biệt đến từ Á châu để tham dự cuộc hội thảo này. Tôi cảm ơn tất cả quý vị đã bỏ công sức đến đây, vì điều đó tỏ rõ sự lưu tâm của quý vị đối với đề tài mà chúng ta sắp bàn thảo.

Chúng ta không có nhiều thời gian với nhau, vì thế hãy tận dụng tối đa những giây phút này. Làm thế nào để cuộc họp mặt hôm nay có ý nghĩa nhất? Nếu chỉ đơn giản là một người diễn thuyết trên bục và vài ba người khác cố sức dịch ra các ngôn ngữ khác như tiếng Pháp, tiếng Anh (và từ năm 2007 là cả tiếng Việt nữa), rồi những người còn lại không làm gì khác hơn là lắng nghe, thì dĩ nhiên cũng có lợi, nhưng sự lợi ích đó chẳng được là bao.

Chúng ta **là một hội chúng** khá đông **và** xuất thân từ những **nền** văn hóa, **những** môi trường khác **nhau.** Như tôi đã nói, chúng ta đến từ nhiều quốc gia, nhưng không chỉ có thế, trong Pháp hội này còn có rất nhiều quan **điểm** dị biệt, đến từ những truyền thống bất đồng, bất luận **là xét về** mặt tôn giáo, tâm linh hay triết lý. Vì chủ đề chúng ta sắp bàn thảo **đây** thật sự vô cùng quan trọng nên **hầu như chắc chắn là mọi người đều đã** suy nghĩ **trước hoặc tự mình** có một ý kiến riêng về vấn đề này. Nếu chúng ta có thể đối chiếu quan **điểm** với nhau thì thật lý tưởng. Riêng phần tôi, dĩ nhiên tôi sẽ cố gắng trình bày kiến giải của Phật giáo, và sau đó [mỗi người][1] chúng ta nên so sánh quan **điểm** của mình với các quan **điểm** khác về cùng đề tài này. Tôi tin rằng, như thế mỗi người chúng ta **đều** sẽ gặt hái được rất nhiều lợi lạc.

Chủ đề chúng ta lựa chọn để cùng nhau đào sâu là [những vấn đề] xoay quanh sự chết. Đối với [sự chết của] người khác, ta phải làm thế nào để đưa tiễn những người ở giai đoạn cuối của cuộc đời, và phải làm thế nào để giúp đỡ những người đã quá cố nếu cần; đối với bản thân, ta phải làm thế nào để

---

[1] Trong suốt bản dịch này, chúng tôi cố gắng tôn trọng và theo sát tối đa nguyên bản Pháp ngữ. Tuy nhiên, ở một vài nơi việc dịch sát nguyên bản có thể phần nào trở nên hơi khó hiểu trong tiếng Việt, vì thế chúng tôi sẽ thêm vào một vài từ hoặc cụm từ để làm rõ ý hơn, và những gì được thêm vào theo ý người dịch như thế sẽ được đặt giữa hai dấu ngoặc vuông để người đọc có thể dễ dàng phân biệt rõ.

chuẩn bị **cho** cái chết của chính mình, và làm sao để **đối mặt** với nó.

Chính vì tính cách phổ quát của sự chết nên trên tất cả mọi đại lục, ở tất cả mọi thời đại, chắc chắn **là** tất cả mọi người **đều** đã từng lưu tâm suy nghĩ về vấn đề này và **cũng** đã thử tìm đủ **mọi** cách để cho cái kinh nghiệm không thể tránh **khỏi** ấy được dễ dàng hơn, an bình hơn. Mặt khác, ở Pháp và nói chung là ở các nước Âu châu, hiện nay người ta không còn hay **đã** bớt đi nhiều sự húy kỵ khi nói về sự chết, **cho dù trong hàng** chục năm qua *"chết"* là một chữ không được nhắc đến, là một vấn đề không được gợi lên.

Tôi còn nhớ, lúc tôi mới qua Pháp vào thập niên 60, nói đến cái chết là một điều bất lịch sự, và nhất là không ai được dùng một từ ngữ sống sượng như thế. Đề tài ấy không đem lại **chút** hứng thú nào cho bất cứ ai. Nói chung, người tao nhã không được bàn luận về đề tài ấy.

Từ một vài năm trở **lại** đây, tình **hình** đã ngày càng thay đổi. Người ta đã tiến bộ nhiều, đã dám đề cập một cách trực tiếp và thẳng thắn đến đề tài vô cùng quan trọng này. Người ta đã nghiên cứu tìm tòi, đã hoàn chỉnh nhiều phương pháp để **an ủi, giúp** đỡ phần nào, không **chỉ** những người sắp chết mà **còn** cả thân nhân và những người chăm sóc bệnh nhân nữa. Những **hội đoàn**, *Bi mẫn đường* đã bắt đầu xuất hiện khắp nơi, thật là một điều đáng mừng!

Như tôi vừa nói, chúng ta đến đây rất đông, và chắc chắn ai cũng từng suy nghĩ đến cái chết, kết quả là ai cũng từng khởi thảo nhiều kế hoạch khác nhau. Để có thể xác định rõ vấn đề này thì lý tưởng nhất là mỗi người chúng ta ai cũng phải có dịp trình bày những phương pháp mà truyền thống hay nghề nghiệp của mình đã đề xướng. Từ nay, vì chúng ta có quyền chọn lựa giữa **rất nhiều** phương pháp khác nhau và có thể **sử dụng** đến khi cần, chúng ta nên chọn lựa theo hai tiêu chuẩn: phương pháp nào dễ áp dụng nhất và phương pháp nào hữu hiệu nhất.

Tại sao chúng tôi, với tư cách của một Phật học viện, lại tổ chức một buổi hội thảo về sự chết và phương pháp giúp đỡ người lâm chung cũng như người quá cố? Đó là vì **trong khoảng** một vài thập niên trước thì một đề tài như hôm nay không hề thu hút người đến tham dự, **nhưng trái lại hiện nay đây** là một vấn đề thời sự. Người không chuyên môn thì trực tiếp quan tâm đến **đề tài này** nhiều hơn vì chính bản thân mình, còn ở các nước **công nghiệp cao**, những hội đoàn y tế và cận y tế hiện đang gia **tăng** nghiên cứu để cải thiện **tình trạng** của bệnh nhân lúc cuối đời và những người quanh họ. Là một tăng sĩ Phật giáo, từ lâu tôi đã biết rằng truyền thống đạo Phật luôn đặt trọng tâm giáo pháp trên vấn đề chính yếu này, tức là sự chết. Và vì Phật giáo đã nghiên cứu suốt từ **nhiều** thế kỷ qua, nên nhất định là đã khám phá một số phương pháp và khai quang những con đường mới [trong lãnh vực này]. Chúng ta có thể nói rằng, trên phương diện này thì Phật giáo tỏ ra rất phong phú và chi tiết.

Dẫn nhập

Vì nhận thấy rằng ở các nước Âu châu sự quan tâm đã gia tăng rõ rệt và rất nhiều người thành tâm đã hết sức cố gắng để tạo những điều kiện tốt đẹp nhất cho người lâm chung, **nên** tôi nghĩ rằng một Phật tử như tôi **hẳn phải** có bổn phận chia sẻ và đề nghị **với** những ai ưa thích, trình bày cho họ biết những gì Phật giáo đã khám phá và hoàn chỉnh trong suốt những thế kỷ qua. Sau đó, mỗi người sẽ tự nhận định **về những gì** họ có thể **tiếp nhận** hay không **thể tiếp nhận** từ những kinh nghiệm **của** Phật giáo.

Việc trao **chiếc** chìa khóa để **mở** vào kho tàng kinh nghiệm Phật giáo không có nghĩa là bắt buộc mọi người phải gia nhập và ai cũng muốn áp dụng. Không! Ai cũng có **quyền** tự do của mình, và **hơn thế nữa**, ai cũng có bổn phận phải gạn lọc và **tự** quyết định cho chính mình **những** gì nên giữ lại hay áp dụng khi cần đến. **Nhưng** dầu sao đi nữa, theo quan điểm Phật giáo, khi ta có trong tay chừng ấy giáo pháp do chính đức Phật ban truyền, có **chừng** ấy tài liệu để suy gẫm mà lại chỉ giữ riêng cho mình, không đem ra giới thiệu cho người khác **biết để** có thể tùy ý sử dụng, trong khi biết rõ rằng những người này cũng muốn tìm hiểu thì thật là **sai trái**, thật là bất thường. Vì thế mà chúng tôi tổ chức các buổi hội thảo này.

Còn một lý do khác là tôi muốn giới thiệu **toàn bộ** những hiểu biết và kinh nghiệm mà Phật giáo đã đạt được về sự chết. Thật thế, từ bao nhiêu năm sống ở Pháp và **đi qua** gần như **khắp cả địa** cầu, tôi thường nghe nói về Phật giáo trên các đài truyền thanh, truyền hình, trong những câu chuyện, chưa kể trên báo chí hay trong **những** chuyên luận ngắn, phải nói rằng có một điều xảy ra quá thường xuyên khiến tôi phải lưu tâm. Chỉ cần đề cập tới đề tài sự chết trong Phật giáo, lập tức sẽ có một câu bình luận được thốt lên ngay: "Phải rồi, Phật tử họ có những quyển sách như *Bardo Thődol*" hay đúng hơn là "họ có cuốn *Bardo Thődol*". Nghĩa là, ta có cảm tưởng như Phật giáo chỉ có chừng đó mà thôi!

Sự thật không phải vậy. Đúng là có một quyển sách mang tên *Bardo Thődol*, người ta thường dịch là "Tử thư Tây Tạng". Nhưng chắc chắn đó không phải là bộ luận duy nhất về chủ đề sự chết trong Phật giáo. Ngược lại là khác! Thật ra, đề tài về sự chết đã được đề cập một cách vô cùng phong phú, trước hết bởi chính đức Phật trong các kinh điển *hiển giáo* và *mật giáo*. Những gì Phật giáo có thể bàn thảo về sự chết đã đi rất xa khỏi tầm nghiên cứu của cuốn *Tử Thư Tây Tạng*. Vả lại, cuốn sách này thuộc về văn chương dân gian thì đúng hơn. Cũng vì thế mà tôi thấy việc tổ chức các buổi hội thảo như hôm nay rất ích lợi, để có thể trình bày rõ ràng hơn quy mô của chủ đề này trong giáo lý đạo Phật. Chính tôi cũng nhận thức rõ điều ấy hơn từ khi sống xa Tây Tạng.

Để xác định mục tiêu, tôi ước mong rằng chúng ta có thể thu thập một số các phương thức mà ai cũng có thể dùng đến lúc cần, dù chúng ta là ai hay theo **tôn giáo** nào đi nữa. Nói cách khác, vấn đề là

Dẫn nhập

làm sao có được hàng loạt đủ loại pháp môn để giúp cho tất cả mọi người, bất kể quan điểm, có thể xử sự một cách có lợi và hữu hiệu đối với bất kỳ một người nào đang trong **những** giây phút sắp lìa bỏ cuộc đời.

Với lòng tha thiết muốn chia sẻ như thế, về phần **mình** tôi chỉ có thể trình bày quan điểm của Phật giáo, nhưng để tránh mọi hiểu lầm, tôi muốn nhấn mạnh rằng theo ý tôi **thì** đây chỉ là một trong nhiều kiến giải khác, trong rất nhiều kiến giải khác. Tôi không hề có chủ định gợi ý rằng chỉ có kiến giải do tôi **trình bày** mới là chân lý.

Thật ra, **trong** những pháp môn mà tôi sẽ đề cập, có một số sẽ làm cho quý vị ưa thích và lưu tâm đến **mức** muốn áp dụng chúng. Nhưng cũng có thể sẽ có những điểm mà quý vị không chút tán thành, hoặc đôi khi nghi ngờ, hoặc hoàn toàn **phản đối**. Điều này hết sức tự nhiên. Chúng ta ai cũng có lập trường khác nhau và mỗi người có một lối nhìn khác biệt là điều bình thường. Tóm lại, tôi không có chủ ý thuyết phục ai điều gì cả mà chỉ muốn đưa ra một vài góc cạnh khác nhau để nhìn sự việc. Sau đó, chính quý vị phải suy nghĩ, gạn lọc và **rút tỉa** ra những gì quý vị cần, hoặc cũng có thể [thấy là] không có gì cần đến cả.

Đề tài của chúng ta, như quý vị đã biết, liên quan tới sự giúp đỡ mà chúng ta có thể tìm cách mang lại cho những chúng sinh ở giai đoạn cuối của cuộc đời, cũng như cho những **ai đã qua** đời.

[Sự giúp đỡ người lâm chung, hay có thể gọi là] *"phù trợ người lâm chung"*. Chữ *lâm chung* ở đây [trước hết] phải hiểu là nói đến loài người, vì chính chúng ta cũng là con người, nhưng theo nghĩa rộng, hai chữ này có thể bao hàm toàn thể chúng sinh. Hai chữ này cũng chỉ cho loài vật, bởi vì chúng cũng như ta, cuối cùng đều phải chết, và nếu quanh ta có nuôi thú vật thì ta nên giúp đỡ chúng, có mặt bên cạnh chúng vào lúc chúng trải qua sự thử thách mà đối với chúng cũng không kém phần khó khăn và tế nhị. Sự thật thì Phật giáo cũng chú ý đến những loài hữu tình khác nữa, nhưng vì những loài này nằm ngoài khả năng nhận biết của chúng ta, hiện nay ta chưa có thể cứu giúp họ một cách trực tiếp được, dù ta có mong muốn giúp đỡ họ bằng cách này hay cách khác.

Tại sao lại chọn một đề tài như thế? Vì đề tài này quan hệ đến tất cả chúng ta. Tất cả, vì chúng ta đều thuộc loài hữu tình. Nếu ta có thể khẳng định một điều, thì điều đó là *"có một ngày chúng ta sẽ chết"*. Đã có một ngày ta sinh ra; mà đã sinh ra là ngụ ý sẽ có một ngày diệt mất. Hễ có sinh tất phải có diệt, *diệt* tức là điều mà chúng ta gọi là sự chết. Trong cuộc sống, chúng ta không thể tránh được một lúc nào đó sẽ đứng ở đầu giường của một người đang phải tiếp cận với kinh nghiệm ấy trước ta, cho tới khi đến lượt chính mình. Điều đó, chúng ta đều biết. Với thời gian, chúng ta không thể tránh khỏi cái chết.

Theo chúng tôi, tức là theo Phật giáo, vì chắc chắn chúng ta sẽ chết nên chi bằng ta hãy nhìn thẳng vào sự thật, vì đó là thời khắc trọng yếu nhất của một đời người. Lý tưởng nhất là chúng ta [đã có sự] chuẩn bị cẩn thận và kịp thời để có thể chết một cách hạnh phúc **và** đi từ **niềm** hạnh phúc này đến một hạnh phúc khác lớn hơn. Nếu chúng ta không thành công **trong việc** chuẩn bị cái chết của mình đến trình độ ấy, thì cũng rất nên làm sao giữ lòng hoàn toàn thanh thản và chết một cách an bình. Chắc chắn mọi người đều phải công nhận rằng bất kỳ ai cũng nên làm thế nào **đó** để giữ được tâm thanh thản trong những giây phút cuối **cùng** của đời mình.

Mặt khác, vì chúng ta đang sống, hẳn là chúng ta **đều** muốn cảm nhận hạnh phúc trong suốt cả cuộc đời. Đó là một nguyện vọng bình thường **và** chính đáng. Thậm chí ta có thể nói rằng đó là một quyền lợi tự nhiên của tất cả mọi loài, vì điều ấy không chỉ liên quan đến loài người: Bất cứ loài hữu tình nào cũng có cảm giác, cho nên họ chỉ có thể khao khát được cảm giác an lạc, cảm nhận hạnh phúc. Bởi vì đó là một nhu cầu mà họ cảm thấy, cho nên đó cũng là quyền lợi của họ.

Nếu **theo** tự nhiên và bản năng mà chúng ta muốn **có** được một đời hạnh phúc, thì hạnh phúc đó phải bao gồm suốt cả cuộc đời, kể cả **những** giây phút cuối cùng. Điều đó có nghĩa là ta không nên chỉ mong cầu hạnh phúc lúc còn khoẻ mạnh, trẻ tuổi mà thôi, mà phải có nhiều **kỳ** vọng hơn thế, tức là phải **mong muốn** được hoàn toàn hạnh phúc ngay cả **khi** cái chết đã gần kề hay **vào** lúc đang chết. Hơn nữa, nếu chúng ta chấp nhận rằng sau khi chết vẫn còn có điều gì đó **xảy** ra, nghĩa là sau cuộc sống này **vẫn** còn những cuộc sống khác, thì nhu cầu và quyền **được** hạnh phúc nói trên là hoàn toàn có giá trị. **Về việc** sau cái chết còn gì khác **xảy** ra hay không thì ý kiến của chúng ta có thể bất đồng; có người quan niệm rằng có một cái gì sau đó, có thể dưới dạng tái sinh; người khác sẽ tuyên bố rằng chúng ta chỉ có vỏn vẹn một cuộc sống duy nhất này mà thôi... Tuy nhiên có một điểm mà chúng ta nhất định sẽ đồng ý với nhau. Đó là, đã [chắc chắn phải chết] thì chi bằng chúng ta có được hạnh phúc từ điểm đầu cho đến điểm cuối của cuộc đời, kể cả lúc hấp hối.

Bạn có thể phản bác rằng có một điều tốt hơn nữa, lý tưởng nhất là làm sao sống mãi và sống hạnh phúc, nghĩa là không bao giờ chết. Nhưng điều này có thực tế không? Đó là một điều có vẻ khó thực hiện, hay nói **thẳng ra** là không thể thực hiện. Nhưng hãy mơ mộng một vài giây. Hãy tưởng tượng rằng hiện tượng chết đã được **xóa** bỏ vĩnh viễn. Nếu loài người thành công trong việc chiến thắng cái chết để trở thành bất tử thì chúng ta có thể hy vọng là họ **cũng** đạt được những khám phá khác để chống lại bệnh **tật** và tuổi già.

Nhưng điều này chưa **xảy** ra, chưa phải là hoàn cảnh hiện tại của chúng ta, **nghĩa** là chúng ta **vẫn** còn phải đương đầu với cái chết. Đó là một sự kiện chắc chắn, hiển nhiên. Mặt khác, như chúng ta **vừa** thấy đó, ta mong cầu hạnh phúc, mong cầu tránh khỏi mọi khổ đau trong mọi trường hợp, **dù** thức hay ngủ. Bởi vì khoảng thời gian hiện hữu của chúng ta bao gồm mọi giây phút của cuộc sống và những giây phút cuối cùng lại đặc biệt tế nhị, chúng ta cần chuẩn bị trước sao **cho vào lúc** ấy, quý nhất là ta có thể hạnh phúc, nếu không thì tối thiểu cũng phải **được** thanh thản và thư giãn. Được như thế thì thật tốt, vì nguyện vọng của chúng ta đã được thực hiện cho đến giây phút cuối cùng.

Đồng ý là những giây phút này rất ngắn ngủi, nhưng đối với người đang bước qua cửa tử, **việc** chết một cách an bình không phải là không **quan trọng**. Dẫu cho những giây phút ấy có vẻ ngắn ngủi, nhưng đừng quên **rằng** ý niệm thời gian là một điều rất chủ quan. Cho dù **có** quan niệm rằng chết là hết, nhưng nếu trong khoảng thời gian ấy đương sự sống được một cách trọn vẹn và thư thái thì đã là rất tốt cho họ, huống chi nếu sau đó họ còn phải tái sinh vào một kiếp sống mới.

Trên một khía cạnh khác, **đa số** người ta **khi chết đi** để lại sau lưng những người thân, bà con họ hàng hay bạn bè, và những người này đều buồn khổ vì sự ra đi của họ. Nỗi buồn khổ ấy sẽ không bao giờ nguôi ngoai hoàn toàn, nhưng nếu người **chết** đã ra đi trong những điều kiện tốt đẹp nhất, nếu hiển nhiên người ấy đã có chuẩn bị trước, đã chấp nhận cảnh ngộ của mình và chết một cách an bình, thì dẫu **có** xúc động, những người thân **của họ** có thể tìm được nguồn an ủi khi nhớ lại rằng người mình thương **yêu** đã chết một cách an tĩnh, nhẹ nhàng.

Đó là một sự an ủi lớn cho họ. Chỉ cần riêng lý do đó thôi, dù chúng ta không thấy cần thiết cho chính mình thì đối với người thân dường như ta cũng có bổn phận phải chuẩn bị cái chết của chính mình sao cho những người ở lại được bớt phần đau khổ.

Có thể chúng ta đã từng chứng kiến hoặc nghe kể lại, đáng tiếc là những giai đoạn cuối của cuộc đời không phải lúc nào cũng nhẹ nhàng và an bình; có những lúc giai đoạn này rất khó nhọc vì người chết đã ra đi trong cơn đau đớn thể chất, hay tệ hơn nữa là đau đớn tinh thần kịch liệt. Chết như thế thật là khủng khiếp cho đương sự, mà cũng không dễ dàng cho những người ở lại. Họ đã đau khổ vì mất đi một người thương yêu, mà thật lâu sau đó hoặc cũng có thể là suốt quãng đời còn lại, lại còn bị giày vò bởi những kỷ niệm tàn bạo ấy. Kỷ niệm ấy sẽ đào sâu thêm nỗi đau khổ trong lòng họ và khơi dậy một niềm hối tiếc, một cảm giác bất lực khó chế ngự được.

Chúng ta hãy tưởng tượng một người trẻ tuổi bị mất cha mẹ, mà còn mất trong những điều kiện rất bi thảm, nghĩa là cha mẹ đã chết một cách đau đớn. Khi lớn lên, đừng tưởng người này sẽ dễ dàng tìm được một sự nguôi ngoai. Với thời gian, người ấy sẽ lãng quên đi phần nào - điều này tự nhiên thôi - nhưng sẽ vẫn còn bị chấn thương tâm thần. Chỉ cần một chút xíu [khêu gợi] là người này sẽ sống lại kỷ niệm ấy trong tất cả nỗi kinh hoàng của nó, nếu không thì họ cũng có thể bị tiêu mòn dần mà không biết, và bị hỏng cả một đời.

Dẫn nhập

Thế nhưng, như chúng ta đã nói, ai cũng muốn có cảm giác an vui, vì vậy tốt nhất là nên tìm đủ mọi cách để tránh né những khó khăn có thể xảy đến, đặc biệt là các trường hợp như đã nói trên. Do đó, việc suy ngẫm về cái chết và lo chuẩn bị trước để giúp đỡ người khác cũng như tăng cường sức mạnh cho chính mình là một việc làm có ích nếu không nói là cần thiết.

Như vậy, dẫu chúng ta có cho rằng chết là hết thì chết một cách an bình vẫn hơn, mà nếu chết được trong hạnh phúc thì càng tốt. Huống chi, nếu chúng ta tin vào sự tái sinh thì điều này càng trở nên tuyệt đối cần thiết.

Khi lìa bỏ cuộc đời này, nếu ta hướng đến một cuộc sống mới nhưng hãy còn thuộc về cõi Ta-bà[1] thì nguyện vọng được hạnh phúc suốt đời sẽ không chỉ có hiệu lực cho cuộc sống hiện tại mà còn cho cả đời sau và tất cả các đời sau đó nữa. Nếu chúng ta còn phải tái sinh trong cõi Ta-bà thì tốt nhất là nên tái sinh trong những điều kiện kha khá, đủ để bảo đảm một cuộc sống hạnh phúc tối thiểu.

Tuy nhiên, có người cho rằng vì một hạnh phúc như thế mà cứ phải cố gắng duy trì và kéo dài từ

---

[1] Thế giới Ta-bà, chỉ chung sự luân hồi trong các cảnh giới hiện hữu (Nhị thập ngũ hữu), nghĩa là người ta phải sống và chết mà không có sự chọn lựa nào, dưới sự chi phối của tâm phiền não (nhất là vô minh và tham ái) và nghiệp lực. Khi còn tái sinh trong thế giới Ta-bà có nghĩa là các uẩn vẫn còn ô nhiễm, hay nói cách khác là thân và tâm đều bị chế ngự bởi các lậu hoặc phiền não ở một mức độ nhất định nào đó.

kiếp này sang kiếp khác thì thật là bấp bênh và thăng giáng thất thường. Họ nhắm đến một trình độ cao hơn, an toàn hơn: ai thoát ly được cảnh giới Ta-bà sẽ không bao giờ còn phải lo sợ bất cứ một nỗi đau khổ nào nữa, vì đã đạt được một nguồn hạnh phúc cao **siêu** hơn, và hạnh phúc này có đặc tính là không bao giờ suy suyển.

Có người còn đi xa hơn nữa. Họ nhận thấy rằng đối với họ tránh khổ được vui là điều quan trọng, thì tốt hơn hết là không nên chỉ lo cho chính mình mà **còn** phải lo cho tất cả mọi loài. Họ nghĩ rằng: "**Người** khác cũng có cùng một nhu cầu, cùng một xu hướng như ta. Và trên nhiều phương diện, họ còn là người thân của ta nữa. Phải rồi, ta nên cố gắng đạt hạnh phúc và thoát khổ đau, nhưng không phải chỉ cho **riêng** ta mà **còn** cho tất cả chúng sinh. Muốn thế, ta phải đạt đến một trình độ đủ cao để có thể giúp đỡ **muôn** loài một cách hữu hiệu."

Như thế, đi tìm hạnh phúc có thể được quan niệm theo nhiều cách khác nhau. Nhưng **dù** quan niệm nào đi nữa thì thành tựu hạnh phúc vẫn có nghĩa là lúc lìa đời người ta phải thanh thản và an bình.

Theo dự kiến thì chúng ta **quy tụ về** đây trong hai ngày,[1] với mục đích chính thức là chỉ nói về cái chết và tiến trình của nó - trước, trong và sau **khi chết**. Đây không phải là một trong những đề tài thú

---

[1] Đây là nói trong một lần thuyết giảng. Sự thật thì nội dung ghi lại trong sách này gồm cả thảy năm lần thuyết giảng, mỗi lần hai ngày. (ND)

vị nhất mà ta có thể bàn đến. Nó không thể mua vui hay làm trò tiêu khiển cho chúng ta. Thế mà chúng ta vừa **nhắc** đi **nhắc** lại là mình **mong** muốn hạnh phúc! Chọn một đề tài như thế có thể bị xem là quái dị. Thật ra, **đây** chỉ [**là một đề tài**] thực tế, không hơn không kém. Vì dù sao đi nữa, nếu có một điều mà chúng ta có thể tin chắc **thì** đó **chính** là *"chúng ta **đều** sẽ chết"*. Chính vì theo lẽ tất nhiên chúng ta **đều** sẽ chết **nên hợp** lý nhất là chúng ta nên suy nghĩ đến [cái chết] để tự chuẩn bị với tất cả khả năng của mình. Điều này áp dụng cho tất cả mọi người. Dù chúng ta theo chủ nghĩa vô thần hay có một tín ngưỡng, bất cứ tín ngưỡng nào, chúng ta vẫn nên nghĩ đến cái chung cuộc bất khả kháng ấy.

Mà điều ấy thật sự có ích lợi hay không? Chúng ta thật sự có khả năng để chuẩn bị cho cái chết của mình được bình an thanh thản không? Có. Chúng ta có thể làm được. Và chắc chắn đó không phải là một quan điểm riêng của Phật tử, cũng không chỉ có Phật tử mới được quyền làm điều ấy. Vì chúng ta không **chỉ** là một sinh vật mà còn là một sinh vật có lý trí, cho nên, vượt ra ngoài các phạm trù tư tưởng hay tôn giáo, tất nhiên là chúng ta có đủ khả năng cần thiết để chuẩn bị ra đi trong những điều kiện tốt đẹp.

Vấn đề này quan trọng và phổ quát đến nỗi tất cả các **nền** văn hóa và truyền thống - tôn giáo và triết học - đều không thể không nghĩ đến. Vì thế, trên toàn thế giới có rất nhiều phương thức đã được đề nghị để đối phó với cái chết, cái chết của chính mình và của người khác. Chúng ta chỉ cần lấy đó mà dùng. Muốn thế, chúng ta cần sưu tầm càng nhiều dữ liệu càng tốt, và sau đó phán định xem phương thức nào hữu hiệu nhất. Theo tôi nghĩ, lý tưởng nhất là làm sao tìm biết tối đa các phương thức từ các truyền thống khác nhau.

Nhưng có phải vì thế mà chúng ta cần áp dụng tất cả cho chính bản thân mình? Không. **Trước hết,** không thể làm được vì có quá nhiều phương thức. **Thứ hai,** vì có những phương thức đối với người này có thể là tuyệt hảo nhưng đối với người **khác** lại hoàn toàn không thích hợp. Đó chính là sự hữu ích, nói đúng hơn là sự cần thiết của sự đa dạng. Nhờ thế mà chúng ta có thể tùy trường hợp để áp dụng. Do đó, chúng ta phải tuyển chọn **những** gì thích hợp nhất **với mình,** tùy theo tính tình, tín ngưỡng và khả năng của **riêng ta.** Phân biệt được **những** gì trực tiếp hữu ích cho mình là điều rất đáng quý, nhưng ngoài sự áp dụng cho chính mình ra, có lúc chúng ta sẽ phải ngồi bên **giường** hấp hối của một người mà ta muốn giúp đỡ. Có thể người ấy rất khác với chúng ta trên phương diện tính tình, quan niệm hay tín ngưỡng. Đó là lý do tại sao chúng ta nên tìm biết càng nhiều càng tốt, vì nếu phương pháp này không trực tiếp ích lợi cho ta, nó lại có thể hoàn toàn thích hợp với người mà ta muốn giúp, và trong trường hợp đó ta nên dùng đến nó.

Để cho rõ ràng hơn, chúng ta hãy lấy một thí dụ.

Dẫn nhập

Hãy tưởng tượng anh A đến phù trợ anh B đang ở thời kỳ cuối của cuộc đời. Vì chúng ta ở Âu châu nên hãy **tạm** cho rằng anh A theo đạo Thiên Chúa - điều này rất có thể xảy ra vì ở đây đa số theo đạo Thiên Chúa. Nhưng ngược lại, có thể anh B lại là Phật tử. Nếu anh A đến để xoa dịu và trấn an anh B mà chẳng đoái hoài gì đến tôn giáo của anh B, lại chỉ **sử** dụng ngôn ngữ Thiên Chúa để nói chuyện với anh Phật tử B đang hấp hối thì e rằng anh B sẽ không nghe và không hiểu anh A. Anh A sẽ có nguy cơ thốt **ra** những lời rất khác biệt, hoặc **trái ngược** với tín ngưỡng của anh B. Thế mà, trong giây phút cuối cùng rất tế nhị, nếu ta nói những lời không phù hợp với lòng tin của người hấp hối, nói những lời thiếu hiểu biết hay **trái ngược** với lòng tin này, thì thay vì giúp đỡ họ, ta có thể làm cho họ bất an hơn. **Trong khi** họ đang đi vào cõi chết mà ta còn nói với họ những lời họ không tán thành. Làm như thế, chúng ta không thật sự giúp đỡ họ, nhất là trong những giây phút khó khăn ấy.

Nói cách khác, cho dù ta không đồng một quan niệm với người lâm chung, **nhưng** tốt hơn hết chúng ta vẫn nên lưu tâm đến để **có thể**, hoặc **là** nói cùng một ngôn ngữ với họ, hoặc ít nhất **cũng** không làm cho họ phật lòng **vì** những lời nói trái ngược với những gì mà họ tin tưởng là sự thật.

Như chúng ta đã biết, trên thế giới này có rất nhiều truyền thống, đủ loại tôn giáo; và mỗi một truyền thống hay tôn giáo **đều** đã thiết lập một số phương thức, đặc biệt để đối phó với những giây phút cuối của cuộc đời. Trong Phật giáo, nhất là Phật giáo ở Xứ Tuyết (hay Tây Tạng), vì sự quan trọng của giây phút lâm chung nên có rất nhiều vị cao tăng đã lưu tâm, **vì thế** Phật giáo có rất nhiều phương thức có thể ứng dụng được trong những giây phút ấy.

Lúc nãy tôi có nói rằng, trước sự phong phú của những kỹ thuật được hình dung trên thế giới, **điều lý tưởng** nhất là làm sao đạt được một sự hiểu biết càng sâu rộng càng tốt. Chính trong viễn cảnh đó mà buổi hội thảo hôm nay sẽ là sự đóng góp của Phật giáo, hay **nói đúng** hơn là sự đóng góp của [Phật giáo] Tây Tạng vào ngân hàng tài liệu chung.

Tuy thế, chính vì có quá nhiều phương pháp mà Phật giáo đã thiết lập, chúng ta không thể khảo sát hết trong một vài giờ, hay ngay cả trong một vài ngày. Nếu chúng ta có ý muốn đi đến tận cùng của đề **tài**, chúng ta sẽ cần **đến** rất nhiều năm tháng mà vẫn không rút tỉa được hết cốt tủy của nó. Nói thế không phải là khoe khoang. Vấn đề không phải là tự **mãn** trước những gì Phật giáo có thể đem lại cho kiến thức chung. Những ai biết **Tạng** ngữ có thể lướt qua hai tạng Kinh và Luận của Tây Tạng, tức là giáo pháp của **đức** Phật và những bản luận của các đại đạo sư Ấn Độ. Chỉ cần lướt qua thôi **cũng** có thể thấy ngay tầm mức của khối kiến thức ẩn tàng trong ấy.

Phật giáo là một tôn giáo đã xuất hiện tại Ấn Độ rồi lan truyền sang nhiều nước khác, trong đó có Tây Tạng, **khoảng** từ thế kỷ thứ sáu. Từ bao nhiêu thế kỷ **qua**, truyền thống này không những được gieo

Dẫn nhập

trồng mà còn đâm chồi nẩy lộc và nở ra những đóa hoa tuyệt đẹp ở Tây Tạng, khiến cho những tri kiến mà đức Phật và những vị tổ sư kế tục Ngài truyền trao đã mang lại một sự giúp đỡ to tát cho những thế hệ kế tiếp. Kết quả là truyền thống này vẫn còn rất sống động chứ không phải là một truyền thống xưa cũ đang tàn lụi và chỉ còn lưu lại kỷ niệm trong sách vở. Đây không phải là những kiến thức hàn lâm chuyên môn thuộc về trí năng thế gian, mà là một truyền thống có cội rễ trong những xã hội đã thừa nhận nó, và nó đã tác động một cách hiển nhiên, cụ thể đối với những người vận dụng nó.

Phật giáo, đặc biệt là Phật giáo được truyền trao bởi các đại sư Tây Tạng, đã đem lại lợi lạc không những cho người Tây Tạng mà còn cho nhiều dân tộc láng giềng nữa. Các trường học Tây Tạng đã phát triển rộng rãi tại Nội Mông và Ngoại Mông và cả Trung Quốc. Trung Quốc quả là có biết đến Phật giáo trước Tây Tạng rất lâu, nhưng dưới hình thức khác. Vài thế kỷ sau, giáo pháp truyền trao bởi các đại sư Tây Tạng đã mang lại cho Phật giáo nước này một sinh lực mới. Sau khi đã lan truyền ở Á châu, hiện nay ta nhận thấy Phật giáo đã khơi dậy một sự quan tâm ngày càng rộng lớn hơn ở Âu châu. Ở đây, người ta biết đến Phật giáo ngày càng rõ hơn và đã có một số người hành trì Phật pháp nữa.

Nói tóm lại, Phật giáo quả thật có thể đề nghị rất nhiều phương thức, đặc biệt là trong lãnh vực của sự chết. Như tôi có nói, chúng ta sẽ không thể đề cập đến tất cả [**các phương thức**] vì nhiều lý do. Một là vì nội dung quá phong phú, hai là **vì** tri kiến Phật giáo là cả một đại dương mà sự hiểu biết của tôi chỉ **như** một vài giọt nước, **và** tôi chỉ có thể nói lên những gì tôi biết, **nghĩa** là rất ít so với toàn bộ. Thứ ba là **vì** có một vài phương thức **trong** Phật giáo đòi hỏi một sự chuẩn bị và cần phải thực hiện nhiều giai đoạn trước đó. Trong một buổi hội thảo **dành** cho đại chúng như hôm nay, đề cập **đến** những phương thức này không lợi ích gì, vì những căn bản cần thiết **là** quá đặc thù và quá chuyên môn để có thể ứng dụng cho tất cả mọi người. Trên thực tế, trọng **tâm** nhấn mạnh sẽ là những phương thức mà mỗi người trong chúng ta đây **đều** có thể sử dụng. Chúng ta sẽ đề cập đến những điểm rất thực tiễn mà ai cũng có thể áp dụng, không nhất thiết phải là Phật tử.

Làm sao tôi có thể quả quyết rằng tất cả chúng ta đều có những khả năng cần thiết để chuẩn bị cho cái chết? Đó là vì - ít nhất **là** theo quan điểm Phật giáo - nếu không phải tất cả thì cũng **là** đại đa số những kinh nghiệm hạnh phúc hay khổ đau mà ta đã trải qua trong suốt cuộc đời đều trước hết đến từ tâm chúng ta. Những gì chúng ta cảm nhận hầu hết đều đến từ trạng thái tâm thức của ta, từ cách nhìn sự việc của ta.

Về **sự tụ** tập **của chúng ta** hôm nay, với những điều kiện như vật chất v.v... **hiện** có, chắc chắn ta có thể bắt đầu suy niệm để có một cái nhìn thích đáng về sự việc hầu **đối mặt** với sự chết một cách dễ dàng hơn. Nói chung thì người nào cũng có khả năng làm điều đó. Hơn nữa, hãy công nhận là chúng ta thuộc thành phần được ưu đãi. Nói như thế không có nghĩa là chúng ta không có vấn đề gì. Chắc chắn là **trong** chúng ta đây **cũng** có **những** người gặp khó khăn thật sự như thất nghiệp, bệnh tật v.v... Nhưng sự có mặt của chúng ta ở đây **đủ** chứng minh rằng ta đang ở trong một hoàn cảnh có thể gọi là khá **tốt**, nhất là vì trí năng của ta hãy còn hoàn hảo, nhờ thế mà ta có thể suy nghĩ và lý luận.

Bởi vì ai cũng có khả năng suy tư nên tôi sẽ **lấy ra** từ cái **túi đựng** của Phật giáo những phẩm vật **và** bày **biện** trước quý vị. Như thế, quý vị **sẽ** có thể [**tùy ý**] chọn lựa. Hôm nay là thứ bảy, ngày họp chợ. Tôi sẽ bày hàng của tôi lên **quầy hàng**. Quý vị là những khách hàng đến dạo chơi, sẵn sàng mua hàng nếu cần nhưng không **bắt buộc**, chỉ khi nào tìm được món hàng vừa ý mới mua thôi.

Về tài liệu tham khảo

Để thảo luận đề tài hôm nay, giữa thiên kinh vạn quyển của Phật giáo nói về cái chết, chúng ta sẽ chọn ra và dựa theo ba nguồn tư liệu gốc: hai quyển kinh và một cuốn luận giảng Tây Tạng.

Kinh là giáo pháp do chính đức Phật đã tuyên thuyết hoặc khơi nguồn. Hai quyển kinh mà tôi chọn rất ngắn gọn, nhưng nội dung rất phong phú và súc tích. Đó là:

1. *Kinh Đại thừa nói về các diệu trí vô thượng lúc cận tử.*[1]

2. *Kinh nói về mười một niệm tưởng phải có.*[2]

Cả hai đều thuộc về truyền thống Đại thừa [3].

Kinh Đại thừa nói về diệu trí lúc cận tử đã được các nhà học giả Ấn Độ luận giải rất nhiều, đáng kể nhất là hai bộ luận chính bằng tiếng Phạn. Nhưng hôm nay tôi sẽ căn cứ trên một bộ luận gần đây

---

[1] Arya-atajnana-nama mahayana sutra - tiếng Tây tạng là 'Phags pa 'da' ka ye shes zhes bya ba theg pa chen po'i mdo (kangyur = kinh tạng).

[2] Ekadasa samjna sevana sutra (?) - tiếng Tây Tạng là 'Du shes bcu gcig bsten p'ai mdo (kangyur = kinh tạng).

[3] Đại thừa (**Mahāyāna**, nghĩa đen là cỗ xe lớn): một trong hai nhánh lớn của Phật giáo mà hai hạnh chính là từ tâm và bi tâm, và mục đích là cứu khổ ban vui cho tất cả mọi loài chúng sinh.

hơn, của đức Đạt-lai Lạt-ma thứ 7, *Kelsang Gyatso* (1708-1757), rất mạch lạc và chi tiết.

Quyển sách tham cứu thứ ba là của Thượng Sư Tây Tạng *Tuken Losang Chokyi Nyima*, thường được tôn xưng là *Kusali Dharma Vajra* (1737-1802), tựa đề là *"Làm sao giúp đỡ người lâm chung: cứu giúp những kẻ đáng thương hết sinh khí"*.

Có rất nhiều đại sư Tây Tạng đã viết **giảng luận** về vấn đề này, cho nên chúng ta có rất nhiều tài liệu và không biết chọn tài liệu nào, nhưng muốn cho hữu hiệu thì chúng ta phải tự **biết giới** hạn **hợp lý**. Vì thế, chúng ta sẽ chỉ **sử dụng** ba tài liệu nói trên. Dầu sao đi nữa, tuy có rất nhiều bài viết bằng tiếng Tây Tạng nói về cách giúp đỡ người lâm chung và người quá cố, nhưng phần đông dạy về mật pháp và nội dung thường rất giống nhau. Sự khác biệt nằm ở đối tượng phải cầu thỉnh: Phật Dược Sư, Phật Di-lặc, Bồ Tát **Quán** Thế Âm, Bồ Tát Văn Thù, hay Phật A-di-đà v.v... Nhưng ý nghĩa và lời nguyện cầu thì không thay đổi.

Mặt khác, có nhiều tài liệu như thế cũng là một điều rất tốt, vì đừng quên rằng theo Phật giáo, chúng ta nên và cần phải thích ứng mỗi hành động **theo** từng trường hợp. Bởi vì mỗi hành giả chắc chắn là có những mong cầu hay tập quán khác biệt và đa dạng, họ phải được cung ứng một phương pháp hành trì thích hợp với nhu cầu của họ.

PHẦN I.

NHỮNG ĐIỀU CẦN BIẾT VỀ THỜI ĐIỂM LÂM CHUNG

PHÁT KHỞI TÂM NGUYỆN

Trước khi chúng ta đi vào vấn đề, hãy nhắc lại đường lối của Phật giáo. Theo quan điểm Phật giáo, có một điều thường được lặp đi lặp lại: Khi chúng ta sắp làm việc gì (trong lãnh vực tâm linh như văn, tư, tu[1] hay trong tất cả việc làm của thân, khẩu và ý nói chung), điều quý nhất là có thể dành một chút thì giờ để phát khởi một tâm nguyện tốt.

Quý vị đừng sợ. Nói thế không có nghĩa là mọi người phải theo Phật giáo ngay từ giờ phút này. Không đâu. Không hề có một sự xúi giục, sách động để mọi người trở thành Phật tử, mà tôi chỉ mời mọi người hãy tự đặt mình trong một trạng thái tâm thức tốt lành, vì may thay, lòng tốt không chỉ là đặc quyền dành cho Phật tử. Đến với "tâm tốt lành" là điều ở đây ai cũng có thể làm được.

---

[1] Văn, tư, tu là ba phương diện của sự hành trì Phật giáo, ba phương diện này hỗ tương bổ sung cho nhau.

Bây giờ, mỗi chúng ta hãy suy nghĩ một chút để khởi lên một trạng thái tâm thức **tốt** lành. Tốt lành như thế nào? Có rất nhiều cách. Đối với một Phật tử, họ có thể xử sự theo khuynh hướng Đại thừa [**nhập thế**] hoặc khuynh hướng Bích Chi Phật, nghĩa là tìm cách tự mình thoát ly ra khỏi cõi *Ta-bà*. Ở đây tất cả chúng ta có thể gặp nhau trên cùng một điểm, bất luận kiến giải của mỗi người, đó là chúng ta muốn làm **điều** gì có ích lợi cho tất cả chúng sinh khổ đau, đặc biệt là những chúng sinh sắp chết. Vượt ngoài mọi ngôn từ, chỉ **riêng** ý muốn giúp đỡ những ai đang cần được giúp đỡ thì tự nó đã là bản chất của một tâm nguyện **hiền** thiện. Hãy nghĩ rằng, vì muốn làm được việc này một cách hữu hiệu hơn nên hôm nay chúng ta mới cùng nhau học tập và suy nghiệm.

Thật ra, chỉ **riêng** việc chúng ta đến đây cũng đã chứng minh **được** ý muốn giúp đỡ người khác của mình, nhất là **việc** cứu giúp và **an ủi** những người đang sắp lìa trần; nói cách khác, điều ấy đã nói lên một trạng thái tâm thức tốt lành. Thật sự, đề mục của buổi hội thảo không chỉ liên quan đến **riêng** chúng ta. Chúng ta đến đây không phải để học làm một cái gì cho riêng mình, vì một lợi ích riêng tư. Trái lại, chúng ta đến đây có nghĩa là tâm ta đã mở ra và hướng đến **người** khác, kèm với hoài bão cải **thiện** phương thức giúp đỡ, nhất là trong những tình huống đặc biệt tế nhị. Sự có mặt đông đảo của quý vị chứng minh một tâm lượng rộng mở. Thật là tuyệt diệu! Tôi vô cùng cảm động và tán thán.

Đối với tôi, có ý muốn giúp đỡ người sắp chết là một nghĩa cử cao quý. Thật thế, không có ai cần được **sự** giúp đỡ quan **tâm** cho bằng những người lâm chung, những người ở đoạn cuối của cuộc đời. Họ thường ở trong một tình trạng rối loạn, khổ đau cực kỳ. Trong hoàn cảnh đó, biết bao người cảm thấy hoàn toàn bất lực, không một nơi nương tựa, không một ai **để** trông cậy. Họ ý thức rằng đời sống của họ đang kết thúc, và họ sắp phải buông bỏ tất cả. Hơn nữa, phần đông **đều** không biết rõ **điều** gì sắp xảy đến cho họ. Ngay cả những người vẫn nghĩ rằng chết không phải là hết cũng hết sức lo âu, vì không có gì bảo đảm cho họ một tương lai tốt đẹp. **Chắc chắn** là không có một tình huống **nào** gian nan và đau khổ hơn. Vì thế, **việc** giúp đỡ những người **đang** phải đương đầu với những thử thách ấy quan trọng biết bao!

Như vậy, có thể nói chắc là ở đây ai cũng được thúc đẩy bởi lòng nhân từ và nhiệt tâm muốn giúp đỡ người khác đang trên ngưỡng cửa sinh tử. Nhưng có thể trên phương diện cá nhân, tâm nguyện của chúng ta rất nhỏ bé và giới hạn. Chắc chắn **cũng** có một số người ở đây rất muốn giúp đỡ tất cả những chúng sinh đau khổ, nhưng thường thì chúng ta quan niệm một phạm vi hoạt động hạn chế hơn.

Thí dụ, chúng ta muốn làm việc hữu hiệu hơn trên phương diện nghề nghiệp. Giả sử chúng ta là bác sĩ, y tá hay người đến thăm nom bệnh nhân ở bệnh viện, nghĩa là thường phải **tiếp cận** với người lâm chung. Có thể chúng ta đến đây với ý nghĩ *"tôi* muốn giúp đỡ bệnh nhân của tôi một cách hiệu quả hơn, thích hợp hơn". Trong trường hợp này, đối tượng của chúng ta chỉ là một nhóm người nào đó, tức là có giới hạn.

Hay thí dụ khác, trường hợp thông thường nhất là chúng ta muốn giúp đỡ đàng hoàng tử tế những người thân, người nhà của mình. Tóm lại chúng ta đến dự buổi hội thảo hôm nay vì tự nhủ *"tôi muốn làm một chút gì cho họ"*. "Họ" ở đây, có thể là **khoảng vài ba mươi** người [**thân của riêng ta**], và chúng ta không có ý định làm gì thêm.

Tôi muốn đề nghị, hay đúng hơn là gợi ý với quý vị, ngay bây giờ hãy mở rộng tầm quan **tâm** và **ước nguyện** của mình. **Dù** trên thực tế hiện thời chúng ta không có khả năng giúp đỡ **hơn số vài ba mươi** người, nhưng không ai **ngăn** cấm chúng ta phát một tâm nguyện rộng lớn hơn nhiều. Tâm nguyện **tốt** lành của chúng ta bây giờ sẽ là *"tôi muốn làm sao có thể giúp đỡ càng ngày càng hữu hiệu đại đa số, nếu không nói là **tất cả** những ai đang gặp khó khăn, đặc biệt là những người đang hấp hối. Vì thế nên tôi đến dự buổi hội thảo hôm nay với kỳ vọng rút tỉa được những phương thức ứng dụng thiết thực"*.

Một con người

"Người lâm chung" **hay** *"người ở giai đoạn cuối của cuộc đời"*, trong tiếng Tây Tạng **là** *"chi kha ma'i sems can"*. Cụm từ này thật ra có hai ý nghĩa, nhưng

thông thường là để nói đến những người bệnh ở giai đoạn cuối, hay là những người đã kiệt quệ với năm tháng tuổi tác, nghĩa là cận kề cái chết. Hôm nay chúng ta sẽ sử dụng ý nghĩa này.

Nói *"giai đoạn cuối của cuộc đời"* tức là nói đến *"sự chết"*. Vậy thì chúng ta sẽ nói về sự chết. Đây là một giai đoạn mà không ai tránh được, không một chúng sinh hữu tình nào có thể được miễn. Tuy đây là một hiện tượng không có gì tự nhiên cho bằng và được chứng minh trên tất cả mọi chúng sinh không ngoại lệ, nhưng tùy theo nền văn hóa hay truyền thống, người ta phân tích hiện tượng ấy dưới những góc độ khác nhau. Ở đây, dĩ nhiên chúng ta sẽ cố gắng lược qua những kết luận mà Phật giáo đã đạt được.

Phật giáo phân tích cái gọi là *"sự chết"* như thế nào?

Để biết *"sự chết"* là gì, chúng ta phải bắt đầu từ khái niệm cái gì là một cá nhân, một con người, hữu tình. Kỳ thật, *"chúng ta"* là cái gì?

Một cá nhân là một hiện tượng phức hợp, được cấu tạo bởi - nếu dùng chữ thông thường - một thân và một tâm. Rõ ràng, hẳn quý vị cũng đồng ý với tôi rằng mỗi người chúng ta đều có một thân thể và một bản tâm. Và bởi vì, trong một khoảng thời gian nào đó, một hợp thể như thế hiện hữu, nên chúng ta hiện hữu như một cá nhân. Hãy ghi nhận rằng cả thân lẫn tâm đều hiển bày qua nhiều tầng lớp từ thô nặng đến vi tế. Điều mà chúng ta trực tiếp nhận biết được chỉ là mức độ thô nặng nhất của thân tâm, đó là tầng lớp duy nhất mà ta có thể nhìn thấy **hay nhận biết được**. Nhưng theo Phật giáo thì thân tâm chúng ta có những tầng lớp vi tế hơn nhiều mà nhãn quan hay nhận thức thông thường không thể nắm bắt.

Khi chúng ta quan sát thân và tâm ở tầng lớp thô **nặng** của chúng một cách tinh tế hơn, chúng ta sẽ phát hiện, tùy theo góc độ nhìn của mình, có 20 hay 24 thành phần. Tôi sẽ không liệt kê hết ra đây vì như thế quý vị sẽ chán lắm, nhưng để quý vị có một ý niệm, trong số các thành phần ấy ta có thể phân biệt **năm** uẩn,[1] **bốn** đại[2], **năm** diệu trí[3] (tức là **năm** loại ý thức), **năm** căn và **năm** trần (sắc, thanh, hương, vị, xúc). Hãy cẩn thận, trong bối cảnh này ta **đang** nói đến cái sắc, cái thanh v.v... thuộc về dòng tương tục của một con người, ở bên trong họ, chứ không nói đến các sắc, các thanh v.v... ở ngoài họ. Đừng quên là chúng ta đang nói đến những thành phần cấu tạo của một con người.

Trong suốt một quãng thời gian, 24 thành phần ấy - giản dị hơn là thân và tâm ở bình diện thô - còn ở trong một trạng thái lành lặn **đủ** để có thể cộng đồng sinh hoạt, nghĩa là khi những thành phần vật chất (thân xác) còn có thể làm chỗ y cứ, tức là chỗ

---

[1] Năm uẩn (tiếng Phạn là skandha) là sắc, thọ, tưởng, hành, thức.

[2] Tứ đại là địa, thủy, hỏa, phong hay là chất cứng, chất lỏng, chất nhiệt và sự di động.

[3] Diệu trí là Đại viên cảnh trí, bình đẳng tánh trí, diệu phân biệt trí, thành sở tác trí và pháp giới thể tánh trí. Tuy tên gọi là như thế nhưng ở đây, các trí này chỉ sự nhận thức ở bình diện thô sẽ ngừng hoạt động, cái này sau cái kia, khi người ta lìa đời.

dựa cho tâm. Với thời gian, những thành phần vật chất ấy sẽ có lúc cũ kỹ, hư hoại. Theo thuật ngữ Phật giáo thì cái thân xác thô đang phải trải qua một sự tan rã, một sự phân hóa. Xin đừng hiểu lầm! Ở giai đoạn này cái thân xác thô không hề biến mất. Tuy vẫn còn sống, nhưng nó đang suy thoái, đang yếu mòn đến nỗi mất đi khả năng làm chỗ y cứ cho tâm thức. Kết quả là tâm thức, ở bình diện thô của nó, cũng không hoạt động được nữa. Sự đứt quãng trên bình diện thô của thân và tâm khiến bình diện vi tế của chúng được hiển lộ, nhưng rồi cũng suy tàn một cách nhanh chóng.

Và khi hai bình diện thô và tế đều vô hiệu thì cá nhân này chỉ còn có thể hoạt động ở bình diện cực vi tế. Chỉ lúc ấy và như thế, họ mới kinh nghiệm sự chết. Nói tóm lại, theo Phật giáo, cái chết của một cá nhân trùng hợp với sự xuất hiện trong họ bình diện cực vi tế của tâm thức, tức là *"ánh tịnh quang của sự chết"*.

Nếu có ai thích tìm hiểu về tiến trình của sự chết, với những chu kỳ tuần tự tan rã để kết thúc bằng sự hiển lộ của một tâm thức cực vi tế trong một cá nhân, tôi khuyên quý vị hãy tìm đến những trước tác có liên quan đến đề mục này. Hiện nay đã có bằng tiếng Anh, tiếng Pháp và tôi nghĩ là còn có trong nhiều ngôn ngữ khác, bởi vì chúng ta không thể đi sâu hơn [vào chủ đề này] tại pháp hội hôm nay. Đó không phải là đề tài chính của chúng ta. Hơn nữa, đề tài này rất chuyên môn và có thể rất tẻ nhạt, khó hiểu đối với một số người. Hiện nay, việc tìm những cuốn sách nói về tiến trình của sự chết không khó khăn gì, quý vị có thể tự tìm đọc lấy. Nhưng xin cho tôi nói lên một nhận xét. Có nhiều cách để đọc một cuốn sách. Ta có thể đọc lướt qua một tác phẩm và hoàn toàn đứng ngoài nội dung tác phẩm ấy. Trong trường hợp này, ngoài sự thâu thập một vài hiểu biết trên lãnh vực thuần túy kiến thức, đọc như thế chả có ích lợi gì nhiều.

Vì đề tài được thảo luận, ít ra là theo nhãn quan Phật giáo - ta có thể có những quan điểm khác nhau trên đề tài này - nên dù ta đọc sách chỉ để tự tìm hiểu, tốt hơn hết là nên tự đặt mình vào vai trò chính và cảm thấy trực tiếp liên quan đến những dòng chữ đang đọc. Thí dụ, trong tiến trình của sự chết có giai đoạn nói đến *sắc uẩn*. Đó là một danh từ chuyên môn chỉ cho thân xác, thân xác của ta. Thay vì đọc "*sắc uẩn*" và dừng lại ở cái thuật ngữ khái quát ấy, thì nếu ta tự bảo rằng đây không phải là một khái niệm, hay là một cái gì thuần túy trừu tượng mà chính là *sắc uẩn* của tôi, là thân xác của tôi, và đây là một trong những thành phần cấu tạo ra tôi, và hiện thời mục đích của tôi là tìm hiểu xem cái gì sẽ xảy ra cho nó... Đọc như thế có lợi hơn nhiều, tốt hơn nhiều. Nếu chúng ta tham dự như thế thì những hiện tượng trừu tượng kia sẽ trở nên cụ thể hơn vì có dính líu đến chúng ta.

Một thí dụ khác. Trong chu kỳ tan rã thứ nhất, theo lý thuyết thì giữa những thành phần có liên quan tới **sắc uẩn** thì "**đại viên cảnh trí**" cũng đồng thời suy tàn. Trong trường hợp của chúng ta, cụm từ đó có nghĩa là những gì **nhãn căn** của ta có thể nhận thấy được. Thay vì đứng như một người ngoại cuộc và đọc những **dòng** chữ nằm cạnh nhau mà không tìm hiểu ý nghĩa của chúng, tốt hơn là chúng ta nên ý thức được câu ấy nói về **nhãn thức** của chúng ta, về khả năng nhận biết những đồ vật có một hình dạng (**sắc tướng**), và khả năng ấy đang bị tiêu mòn đi trong giai đoạn **này** của tiến trình sự chết.

Đồng thời, ta nói đến sự tan rã của **địa đại**. Hãy cố hiểu rằng câu này không **nhằm** chỉ đến các yếu tố vật chất có tính cách cứng rắn nói chung, mà **chỉ** đến tất cả những gì do **địa đại** cấu thành trong ta.

Cũng thế, khi nói về khả năng nhận biết qua **nhãn căn** hay là về các **sắc tướng** thì không phải tất cả các **sắc tướng** [nói chung] đều tan rã trong giai đoạn thứ nhất, mà là sắc tướng của **chính** đương sự, tức là của ta, là cái gì ở bên trong **dòng** tương tục của thể chất ta.

Nếu chúng ta đọc những điều chỉ dẫn này mà cảm thấy được sự liên quan của chúng **đến** chính mình, và hiểu được rằng chính mình là người đang được nói đến, **rằng** những câu viết trong sách là những sự việc mà một ngày nào đó mình phải trải qua, thì những hiểu biết mà chúng ta thâu thập được sẽ không chỉ **là** trên lãnh vực tri thức khô khan nữa.

Vì chúng ta sẽ nói nhiều đến **năm** uẩn, nên tuy không đi vào chi tiết, tôi **cũng** sẽ đề cập đến **đôi nét**, tuy phần đông quý vị hẳn đã từng nghe qua nhiều lần [**về thuật ngữ này**].

Khi dùng từ ngữ thông thường, Phật giáo nói **rằng mỗi** cá nhân là kết cấu của một thân và một tâm, nhưng khi **cần** dùng thuật ngữ chính xác hơn thì Phật giáo lại nói **rằng mỗi** cá nhân được định nghĩa như một cái gì được nhận biết, hay được gọi tên, trên căn bản **năm** uẩn đã kết cấu **thành cá nhân ấy.**

Đầu tiên trong **năm** uẩn là *sắc uẩn*. Quý vị đừng khựng lại bởi ngôn từ. Nói về một hữu tình thì *sắc uẩn* nghĩa là "thân", thân **thể** của chúng ta. Vậy tại sao lại dùng từ ngữ tối nghĩa như thế? Dùng chữ "*sắc*" là vì cái mà chúng ta nhận thức được của một hiện tượng, là cái *sắc tướng* mà hiện tượng này hiển bày. Còn chữ "*uẩn*", lợi ích của nó ở chỗ nó nhấn mạnh rằng khi nói đến "*thân*" thì ta không nói đến một cá thể nguyên khối mà phải là một sự hòa hợp do nhiều thành phần kết **hợp** tạo thành. Chữ "*uẩn*" cho chúng ta thấy ngay khía cạnh phức hợp, khía cạnh số nhiều của một hiện tượng, dẫu cho đó là *sắc uẩn* hay **bốn** uẩn còn lại, tức là **các** uẩn chủ yếu liên quan đến tâm: *thọ, tưởng* và *thức uẩn* thuộc về tâm thần, nhưng *hành uẩn* thì khác. Nó bao hàm hai loại hiện tượng, một loại thuộc về tâm thần và loại kia thì không; thí dụ: đời sống của cá nhân ấy, bản chất vô thường của họ v.v...

Thứ hai là *thọ uẩn*, tức là cảm thọ của chúng ta vốn chia làm ba loại: *lạc, khổ* và *vô ký*, hay dễ chịu, khó chịu và không dễ cũng không khó chịu, trung dung.

Thứ ba là *tưởng uẩn*. Tác dụng của uẩn này trong tâm ta là giúp ta nhận định các sự vật, và phân biệt chúng với vật khác. Khi chúng ta nhìn một vật gì (*nhãn căn* tiếp xúc với *nhãn trần*) thì cái làm cho ta phân biệt được vật màu trắng với vật màu xanh chính là cái *tâm sở* này. *Tưởng uẩn* nhận ra vật này trắng khác với vật kia xanh hay đen v.v...

Thứ tư là *hành uẩn*. Dù uẩn này có hai loại, nhưng khía cạnh chính yếu của nó là *nghiệp* - tức là *tư tâm sở*. Đây cũng là một *tâm sở* của chúng ta, và là một *tâm sở* vô cùng quan trọng. Nó có công năng giúp cho nhận thức của chúng ta chuyển động, và giúp cho những thành phần khác của tâm xoay qua hay hướng đến một đối tượng nhận thức nào đó.

Cuối cùng, *thức uẩn* bao gồm tất cả thức có thể trình hiện trong ta, tức là *nhãn, nhĩ, tỷ, thiệt, thân* và *ý thức*.

Nhưng giản dị nhất là thay vì dùng chữ *uẩn*, chúng ta vẫn có thể dùng các chữ *thân* và *tâm* để nói về thành phần cấu tạo của một cá nhân.

Nói đến tiến trình của sự chết, một khi đã liệt kê các thành phần cấu tạo thành một cá nhân, họp lại thành 5 nhóm mà tôi vừa đề cập, chúng ta sẽ nói đến một nhóm khác, và liên kết mỗi nhóm với một loại uẩn. Các nhóm này cũng tan rã đồng thời với uẩn kia.

Bốn nhóm đầu được cấu tạo bởi 5 thành phần, trong khi *thức uẩn* thì sự cấu kết có phần hơi khác biệt. Quan sát như thế rồi, có khi chúng ta nói rằng nếu 20 hay 24 thành phần còn hội tụ với nhau thì sự sống còn tồn tại. Con số có thể sai khác tùy theo góc độ quan sát, nhưng trong cả hai trường hợp, nền tảng của sự phân tích là năm uẩn, cộng thêm với vài thành phần khác để tạo thành những hợp thể [của sự sống].

Hãy ghi nhận rằng, miễn là các thành phần còn tập hợp với nhau để thành một tổng thể thì sự sống được duy trì. Khi các thành phần trở nên kiệt quệ đến mức phải phân tán thì sự chết xuất hiện.

Tiến trình hiện tượng sinh

Để hiểu rõ các giai đoạn lần lượt tiến triển như thế nào và tại sao sự phân tán nói trên cuối cùng lại xảy ra theo một trình tự và phương thức nhất định, tốt hơn hết là chúng ta nên quay trở lại giai đoạn khởi thủy và quan sát tiến trình của sự xuất hiện ra đời: Vào lúc nào các thành phần được cấu tạo để rồi đi đến sự phối hợp với nhau?

Trên thực tế, cái tiến trình tối hậu mà chúng ta gọi là sự chết chỉ đơn giản là tiến trình ngược lại của sự hình thành nguyên thủy mà thôi. Nói cách khác, nếu chúng ta muốn hiểu biết rõ ràng và đích xác về tiến trình của sự chết, phương pháp hay nhất là hãy quan sát kỹ lưỡng tiến trình của sự sinh ra đời và cố gắng tìm ra manh mối của năm uẩn, bốn đại v.v... Chúng đã xuất hiện từ bao giờ và bằng cách nào? Vì chính trình tự xuất hiện của chúng lúc ra đời sẽ quy định trình tự tan biến của chúng lúc lìa đời. Chúng xuất hiện theo thứ tự nào thì sẽ tan rã theo trình tự ngược lại với thứ tự ấy.

Nói cho cùng, điều ấy không hợp lý hay sao? Dầu sao đi nữa, theo nhãn quan Phật giáo - vì không phải ai cũng tán đồng với cách nhìn ấy - làm sao có thể tưởng tượng có sự chết nếu trước đó không có sự ra đời? Một người, nếu có lúc phải đối diện với cái chết, thì trước đó lâu hay mau, cũng phải đã có lúc chào đời. Thậm chí chúng ta có thể nói, trong sự sinh ra đã bao hàm sự chết.

Không cần phải nói, chúng ta sẽ không đi sâu vào tiến trình của sự sinh ra, vì đó không phải là đề tài của chúng ta, và vì đây cũng là một chủ đề rất rộng lớn, đáng được nghiên cứu riêng rẽ và cần nhiều ngày giờ mới nói hết được. Tôi chỉ muốn lôi kéo sự chú ý của quý vị trên điểm này, vì nếu có ai trong quý vị muốn tiến xa hơn nữa thì những người này cần phải hiểu rằng, để tháo dỡ cơ cấu của sự chết, tốt nhất là quay về phía sau và quan sát kỹ lưỡng những giai đoạn đánh dấu sự sinh ra đời. Vả lại, chúng ta có thể ngạc nhiên, nếu không nói là kinh dị, khi chú ý đến các điểm tương đồng giữa những nhận xét của Phật giáo từ bao nhiêu thế kỷ trước và những chứng minh của khoa học hiện đại.

Để rút tỉa những nguyên lý đại cương có thể giúp

chúng ta thiết lập tiến trình ngược của sự chết sau này, thì tóm lại, sinh ra đời có nghĩa là gì? Là điểm khởi đầu của sự sống. Quý vị sẽ bắt bẻ lại rằng, đó không phải là một khám phá mới lạ! Nhưng đừng quên là Phật giáo chấp nhận thuyết tái sinh. Vì thế, chúng ta cần phải diễn đạt định nghĩa của mình tinh vi hơn một chút. Vậy thì sinh ra tức là bắt đầu sống. Nhưng thời điểm chính xác của nó là lúc nào? Để quyết định thời điểm này, chúng ta cần phải quay ngược lại phía sau thêm một chút nữa.

Thật thế, khi nói *sinh ra* tức là một người được sinh ra, và trong quan điểm tái sinh luân hồi, thì người này không đột ngột ra đời lần thứ nhất mà đây chỉ là một sự tiếp diễn, nghĩa là chúng ta phải quay về thời điểm trước khi họ chào đời, khi họ còn ở trong trạng thái trung ấm, tức là khoảng thời gian giữa một sự chết và một sự tái sinh.

Phật giáo vốn tin vào thuyết luân hồi nên công nhận rằng người này hiện hữu và đã trải qua khá nhiều giai đoạn, từ cái chết trong đời trước và thời kỳ trung hữu. Thời kỳ trung hữu này chấm dứt lúc thần thức vi tế của người này (thần thức y cứ vào khí vi tế) nhập vào *hợp tử*, tức là các tế bào hòa hợp của cha mẹ, để đưa tới hiện tượng xuất sinh.

Tôi xin nói vài lời về chữ *khí* (Phạn: *vayu*, Tây Tạng: *rlung*). Có người còn dịch là "*năng lượng*", là "*phong*" hay "*gió*".

Vayu là một hiện tượng thuộc về *sắc pháp*, tức là một trạng thái vật chất, nhưng là một trạng thái vật chất vi tế, thậm chí cực vi tế, chỉ được nhận biết bằng *ý căn* chứ không thể bằng **nhãn căn**. Khí *vi tế* và khí *cực vi tế* có công năng làm "***vật để cưỡi***"[1] - chỗ y cứ, nương dựa - cho thần thức, và chính thần thức này cũng *vi tế* và *cực vi tế*. Nói khác đi, khí này là cái "***thân***" của thần thức, **và dĩ nhiên là một** thân vi tế. Chính trong trạng thái này mà cá nhân nói trên sẽ đoạt lấy một chỗ dựa thô hơn nhiều, do cha mẹ cung cấp, tức là tinh cha và huyết mẹ giao hợp.

Trở lại vấn đề, khi một cá nhân, dưới dạng thần thức và khí vi tế, nhập vào tế bào của cha mẹ tức là một chỗ y cứ thô, thì có sự hòa nhập và đoạt lấy giữa đôi bên: hiện tượng này gọi là sự sinh ra.

Có nhiều điều kiện cần thiết cho một sự xuất sinh. Phần đông, cần có sự có mặt của một người cha và một người mẹ, hai bên phải giao hợp với nhau, để các tế bào của họ gặp nhau, tiếp xúc và hòa nhập vào nhau. Đó là một tiến trình phức tạp cần phải được khảo luận nhiều, nhưng bây giờ chúng ta không thể đi vào chi tiết. Hiển nhiên, các tế bào của cha mẹ cần phải lành lặn, nguyên vẹn để dung hợp và nếu chúng ta đang nói về sự ra đời của mình, thì các tế bào này cũng phải có khả năng tiếp nhận tâm tương tục của chúng ta khi tâm này tiến nhập vào chúng.

Tôi vừa mới dùng chữ "***tâm tương tục***" mà tôi thích hơn chữ "***thần thức***". Quý vị đã ghi nhận rằng, đối với Phật giáo thì sự sinh ra trùng hợp với sự thụ

---

[1] Ta phải hình dung các khí như một con ngựa và thần thức như người cưỡi ngựa.

thai, tức là thời điểm chính xác lúc tâm thức vi tế của một hữu tình tiến nhập vào các tế bào dung hợp của cha mẹ và đoạt lấy chúng. Mà tâm thức này không phải là một cái gì bất động. Thí dụ, không phải tâm thức hiện tại chúng ta đang có mà có thể tiến nhập vào tế bào của cha mẹ lúc chúng ta sinh ra. Mà cũng không phải là một tâm thức hoàn toàn khác biệt. Đó chính là *tâm tương tục*, tức chính là tâm thức của chúng ta nhưng nhìn trong sự diễn biến của thời gian và biến đổi từ *sát-na* này đến *sát-na* khác.

Thân của chúng ta, tức là cái hình hài vật chất mà cha mẹ chúng ta đã cung ứng, được thành lập bởi bốn yếu tố (Phạn: *catvāri mahā-bhūtāni*, Tạng: *ḥbyuṅ-ba chen-po bshi*), hay **bốn đại**, tức là đất, nước, lửa, gió *(địa, thủy, hỏa, phong)*, đôi khi cũng được xem là **năm** đại, tức là thêm *hư không* (*không đại*) nữa.

Phật giáo miêu tả sự xuất hiện sơ khởi hình hài vật chất của chúng ta như sau: các nhân mà cha mẹ đã đem lại là *noãn bào* của mẹ và *tinh trùng* của cha. Hai thứ ấy dĩ nhiên cũng được thành lập bởi nhiều nhân tố khác biệt và vận tải các tiềm năng của những nhân tố khác nữa. Ngay lúc tinh trùng tiến nhập vào noãn bào để hợp nhất thành một, chúng ta có thể cho rằng chỗ dựa vật chất, tức là thân xác, đã được cấu tạo không? Theo Phật giáo thì không. Dù sao chăng nữa, không nhất thiết là như thế. Điều đó còn tùy thuộc vào sự có mặt hay vắng mặt của một nhân tố khác. Nhưng quả nhiên, hai chất trên của cha và mẹ đã mang tất cả các tiềm năng cần thiết cho một thân xác có thể xuất hiện và phát triển sau đó. Điều còn thiếu là cái mà thần thức của chúng ta mang lại, tức là *tâm tương tục* của ta. Tâm này cũng mang tiềm năng hay *chủng tử* có cùng chung tính chất với các tiềm năng vật chất. Cần phải có sự liên hợp giữa hai nhóm tiềm năng. Bởi vậy, ngay khi tâm tương tục của chúng ta tiến nhập vào các tế bào hợp nhất của cha mẹ, các tiềm năng bèn liên kết và phối hợp với nhau và đem lại kết quả: sự xuất hiện đồng thời cái sở y vật chất của chúng ta.

Phật giáo cho rằng sự sinh ra có hiệu lực ngay lúc thụ thai, nghĩa là thai bào đã lập tức trở thành một hữu tình toàn vẹn, dẫu nó còn phải phát triển nảy nở sau đó. Những luận thuyết Phật giáo về phôi học diễn tả một cách tỉ mỉ những biến chuyển trong ba mươi tám tuần, chỉ rõ lúc nào những bộ phận và tay chân xuất hiện, hay các quan năng bắt đầu hoạt động. Thí dụ như đầu tiên hết thai bào không có khả năng nhìn thấy, nhưng đã có các tiềm năng tương ứng cần thiết. Sau ba mươi tám tuần, theo lý thuyết thì thai nhi sẽ rời tử cung của mẹ, đánh dấu sự sinh ra đời theo nghĩa **thông thường**.

Sự việc được miêu tả một cách giản lược trên đây đã cho chúng ta thấy cái gì là nền móng sự phát triển của một thân thể thô. Đó là một hiện tượng mà chúng ta cũng có thể gọi là thân vì nó thuộc về *sắc pháp*, hay thuộc về **phạm vi** vật chất, nhưng lại cực kỳ vi tế hơn. Tôi muốn nói đến *khí*, hay cái năng lượng mà chúng ta vừa đề cập trên.

Tuần tự với sự phát triển của thai bào, mỗi thời kỳ được đánh dấu bằng sự hoạt động của một loại *khí* mới, các khí này tương đối vi tế, nhưng lại giúp cho hình sắc thô bên ngoài phát triển: sự thành lập của bộ phận nào đó, sự xuất hiện của một cảm quan nào đó v.v...

Người ta có thể liệt kê năm loại khí căn bản (Tạng: *rtsa ba'i rlung*) và năm loại khí phụ (Tạng: *yan lag gi rlung*). Tất cả những điều này được giảng giải rất nhiều trong kinh sách Phật giáo, đặc biệt là kinh điển Mật giáo hay trong hai cuốn kinh mà đức Phật thuyết cho đệ tử của Ngài là tôn giả *A-nan-đà*, tựa là "*Phật thuyết Bào thai kinh*"[1] và "*Xử thai kinh*".[2]

Trên thực tế, qua bao thế kỷ, có rất nhiều vị đại sư Phật giáo đã viết về vấn đề xuất sinh, mà bắt đầu là các đại học giả Ấn Độ.

Các *khí* luân lưu trong thân thể của hữu tình có công năng **gì**? Xin nhắc lại, đây là những dạng vi tế làm chỗ y cứ cho những dạng thô của thân. Ngoài ra, chúng **còn** làm chỗ y cứ cho sự sống của hữu tình nói trên. Chính những khí này cho phép các bộ phận

---

[1] Phật thuyết Bào thai kinh, 1 quyển, đã được ngài Trúc Pháp Hộ dịch sang Hán văn vào đời Tây Tấn, được xếp vào Đại Chánh tạng thuộc quyển 11, kinh số 317. (ND)

[2] Trong Hán tạng thì kinh này được xếp thành hội thứ 13 trong kinh Đại Bảo Tích, với nhan đề "Phật vị A-nan thuyết Xử thai hội", ngài Bồ-đề-lưu-chí dịch sang Hán văn vào đời Đường, thuộc quyển 11, kinh số 310 trong Đại Chánh tạng. (ND)

làm tròn chức năng của chúng. Thí dụ, muốn đi đại tiện phải có sự can thiệp của một loại khí để tống phân xuống **phần** dưới thân **thể**. Sự hô hấp **hay** sự tiêu hóa cũng cần **đến** hoạt động của một số khí khác v.v... Khi các khí trong thân xác thô của chúng ta không còn lành lặn mà bị hư hỏng, hay bệnh hoạn chẳng hạn, thì ta sẽ bị đủ loại vấn đề bất ổn như táo bón, tắt tiếng hay không tiêu hóa được v.v...

Người ta **cho rằng** trong nửa thời gian đầu của thời kỳ thai nghén năm khí căn bản bắt đầu hoạt động, với tỷ lệ là mỗi tháng có một khí xuất hiện. Chúng sẽ được tiếp tục bằng năm loại khí phụ, cũng tuần tự xuất hiện trong mỗi tháng còn lại. Các khí phụ có công năng **giúp khởi sinh** các cảm quan nhận thức: khí này làm chỗ y cứ cho *nhãn thức*, khí kia cho *nhĩ thức* và cứ thế cho *tỷ, thiệt* và *thân thức*.

Sau 10 tháng (theo âm lịch) trong bào thai, hài nhi đã hoàn toàn thành hình và có thể được sinh ra, nghĩa là ra khỏi bụng mẹ.

Tiến trình của hiện tượng chết

Nói cho cùng, tiến trình của hiện tượng sinh ra gồm có những gì? Chúng ta bắt đầu bằng những thành phần vi tế để đi đến các thành phần thô hơn, qua một sự phát triển dần dà theo nhịp điệu của sự xuất hiện tuần tự những thành phần mới. Đó là một giai đoạn phát triển, bành trướng.

Tiến trình chết chỉ là sự đi ngược lại: nó phù hợp

với sự kiệt quệ dần dần của tất cả những gì đã được hiện hình lúc sinh ra, thành phần này sau thành phần khác, cho tới khi chúng hư hoại đến nỗi không còn có thể đảm nhiệm các chức năng mà chúng đã đảm nhiệm trong suốt cuộc sống.

Trước hết, các thành phần thô sẽ bắt đầu phân tán (xin hiểu là: suy nhược đi), rồi sau đó đến lượt các thành phần vi tế. Khi các thành phần này suy tàn cho đến mức không thể nào hiện khởi được nữa thì lúc ấy, nơi một hữu tình bình thường, dạng vi tế nhất hay là cực vi tế của tâm thức mới có thể hiển lộ. Đó là *ánh tịnh quang của sự chết*.

Vì không đủ thì giờ, chúng ta buộc phải tóm gọn lại. Về tiến trình của sự xuất sinh, chúng ta chỉ có thể nói lướt qua như vừa rồi, và chúng ta sẽ đặc biệt quan tâm đến tiến trình của sự chết. Nhưng tôi muốn chia sẻ với quý vị sự ngạc nhiên của tôi từ khi đến Âu châu. Rõ ràng là, cái gì không thể xảy ra xưa kia bây giờ lại phát sinh dễ dàng, và hiện nay, các khoa chẩn đoán và hình ảnh bằng siêu âm của tử cung đã trở nên phổ biến. Thế mà khi ta so sánh chúng với những gì đức Phật đã thuyết giảng thì sự phù hợp đập vào mắt chúng ta. Quý vị sẽ nói "Có gì lạ đâu?", nhưng đừng quên là đức Phật đã xuất hiện khoảng năm hay sáu thế kỷ trước Công nguyên. Ngài làm gì có những dụng cụ máy móc tối tân hiện đại, ngược lại nữa là khác. Tôi thấy khi những điều Ngài đã dạy lại trùng hợp với những tấm ảnh rất chính xác ngày nay, thì thật là đáng kinh ngạc! Hơn nữa, đức Phật không chỉ miêu tả một cách giản lược như "đến ngày thứ mấy thì nơi thân thai bào sẽ có một chỗ nhô ra, hay hình dạng sẽ như thế này, hay thế kia..." Ngài thuyết giải thêm "bởi vì lúc ấy có khí này bắt đầu hoạt động nên hiệu quả nọ sẽ phát sinh, do đó bộ phận này sẽ xuất hiện hay cảm quan nọ sẽ khởi động..."

Dầu sao đi nữa, riêng tôi, tôi cũng thấy thật lạ lùng. Tôi sinh ra ở Tây Tạng và đi học ở đấy, nhưng trong nước tôi, các bài học còn không được minh họa bằng tranh vẽ chứ đừng nói bằng hình ảnh. Tôi nhớ lại khi còn nhỏ, như các bạn đồng học, tôi phải học thuộc các chuyên thư ấy và vừa đọc tôi vừa phải cố gắng hình dung trong đầu những gì được miêu tả. Và cho dầu đó là những hiện tượng vật chất tương **đối** thô thiển, chúng cũng không hiện ra trước mắt ngay được. Khi đến **nước** Pháp, tôi được thấy những hình ảnh siêu âm của tử cung trong các tạp chí, và càng ngạc nhiên hơn khi nhận thấy sự tương đồng giữa những tài liệu lạ lùng kia và những gì tôi đã tưởng tượng được từ những bài viết thuần túy giải tích.

Nói tóm lại, theo Phật giáo thì thời điểm sinh ra của một con người như chúng ta rơi đúng vào lúc người mẹ thụ thai, vì đó là lúc mà họ xuất hiện như một con người và cũng từ lúc đó họ mới bắt đầu phát triển. Dẫu cho kích thước của thai bào cực kỳ bé nhỏ, nhưng nó đã là một hữu tình **rõ rệt** rồi. Dần dần, khi các thành phần khác nhau bắt đầu xuất hiện, hữu tình này phát triển và được xem là hoàn tất trọn vẹn khi 20, 24 hay 25 thành phần (con số thay đổi tùy theo góc độ nhìn) đã được sắp xếp một cách hài hòa.

Vậy thì, với những gì đã nói ở trên, sự chết **xảy ra như thế nào?**

Chúng ta có thể tự hỏi, tại sao lại **cho rằng sự** hiểu biết một cách đầy đủ chi tiết về những chu kỳ của tiến trình sự chết là một điều quan trọng, bởi vì dầu sao **thì** mục tiêu của chúng ta trước hết là giúp đỡ những người sắp chết kia mà? Tức là để ủy lạo họ chứ không phải để quán sát cái gì **xảy** đến và làm giàu cho kiến thức của mình. **Nhưng việc tuần tự "*mổ xẻ*" từng chu kỳ có ích lợi ở chỗ là mỗi chu kỳ đều được đánh dấu bằng những triệu chứng, hoặc ở ngoài thân hoặc ở bên trong.**

Nếu chúng ta đến với tư cách người phù trợ lâm chung (để ủy lạo **người sắp chết** trong những giây phút cuối), thì hiển nhiên chúng ta không thể thấy được những *triệu chứng bên trong* người ấy, vì chỉ có người đang trải qua kinh nghiệm chết mới cảm nhận được mà thôi. Chúng ta không thể thấy được từ bên ngoài. Ngược lại, những *triệu chứng bên ngoài*, mà mỗi triệu chứng đặc trưng của một giai đoạn trong tiến trình đều có thể thấy được (ít nhất là một cách tổng quát) từ bên ngoài.

Nhưng nhận biết chúng để làm gì? Nếu chúng ta muốn giúp đỡ người lâm chung một cách hữu hiệu, chúng ta cần phải thích ứng những dấu hiệu này với những gì đương sự đang kinh nghiệm hay còn có thể làm được. Thí dụ: người ấy còn có thể thấy được không, hay còn nghe được không? Trên thực tế, khi chúng ta ghi nhận triệu chứng nào đó biểu thị thính giác của người lâm chung không còn hoạt động nữa thì có nói vào tai người ấy muôn vàn lời khuyên cũng chẳng ích lợi gì. Người ấy không còn nghe thấy nữa. Chúng ta không còn có thể giúp họ bằng lời nói nữa. Hơn nữa, như thế cũng có nghĩa là nếu chúng ta muốn nói điều gì với họ, thì phải nói trước thời điểm này.

Đó là lý do tại sao chúng ta cần nhận biết những triệu chứng biểu thị rằng thị giác hay thính giác của người **sắp chết** còn hoạt động hay không. **Nếu** thị giác còn hoạt động thì có lẽ nên đưa cho họ thấy một vài món vật để trấn an, an ủi họ, khơi dậy lòng tin hay điều gì đó, nhưng một khi họ không còn khả năng để thấy nữa thì làm như thế chỉ vô dụng, trong khi còn những phương tiện khác có thể dùng được, vì trong một khoảng thời gian ngắn họ còn có thể nghe được chẳng hạn. Phải tận dụng thời gian ấy để nói những lời có thể giúp ích họ, vì không bao lâu nữa lời nói cũng sẽ trở thành vô ích v.v...

Tuy nhiên, để các giai đoạn được nhận diện một cách rõ ràng như thế, và để chúng ta có thể dựa vào đấy mà hành động thì tiến trình của sự chết phải diễn ra một cách chậm chạp. Đó là trường hợp của những người chết vì bệnh chẳng hạn, hay trong một vài điều kiện, chết vì tuổi già. Ngược lại, trong trường hợp một tai nạn đột ngột và tàn khốc - đụng xe, rớt máy bay... hay trong một cơn bạo bệnh như **đột quỵ** thì người ấy chết một cách quá chớp nhoáng (hoạnh tử) nên các giai đoạn bị lướt đi mất. Chúng ta không thể nhận biết được một triệu chứng nào nữa, mọi sự diễn ra quá **nhanh**. Ngay trong trường hợp một cái chết tương **đối** chậm chạp, nhưng khi người lâm chung quá đau đớn thì sẽ rất khó mà phân biệt các chu kỳ, như thể cơn đau quá kịch liệt đã che **giấu**, ẩn tàng các chu kỳ này. Có một trường hợp khác mà các chu kỳ không được rõ ràng, đó là khi người lâm chung đã quá già nua: lúc ấy họ đã "tiêu mòn", các cảm quan dẫu sao cũng đã cùn nhụt nhiều rồi.

Khi một người đã đến thời kỳ cuối cùng của đời mình, dẫu vì bệnh hay vì già, người này sẽ thể nghiệm nhiều giai đoạn gồm năm chu kỳ tan rã hay phân hóa. Quý vị hẳn nhớ rằng, chúng ta, một con người, xuất sinh đúng vào lúc tâm tương tục của chúng ta tiến nhập vào các tế bào vật chất đến từ cha mẹ của kiếp sống mới, nhờ thế mà cái thân sở y vật chất [1] mới của chúng ta được thành hình. Cái mà chúng ta gọi là "đời sống" là quãng thời gian mà các thành phần vật chất này còn đủ khả năng để chống đỡ cho thần thức của chúng ta, tức là làm chỗ cho thần thức y cứ. Với thời gian, các thành phần vật chất, vốn là thô **nặng**, sẽ bị hao mòn và dần dần mất đi khả năng đảm nhiệm vai trò chống đỡ cho tâm tương tục của chúng ta. Khi chỗ dựa vật chất không dùng được nữa và không giúp cho tâm tương

---

[1] Thân sở y, cái "giá" hay chỗ dựa vật chất cho tâm thức y cứ.

tục hoạt động hợp cách, thì đến lượt các hoạt động tâm thức sẽ từ từ gián đoạn, nhưng là ở bình diện thô nhất của chúng. Dần dà, tâm thức sẽ hiển lộ những bình diện vi tế hơn, cho tới khi nó lấy lại hình dạng cực vi tế mà nó đã xả bỏ lúc phôi thai.

Theo Phật giáo, sự chết thật sự đúng nghĩa phát sinh vào ngay giây phút này, khi tâm cực vi tế hiển lộ và sắp xả bỏ một chỗ dựa vật chất không còn tác dụng nữa vì đã quá hư hao.

Xin ghi nhận rằng tâm cực vi tế ở dạng vô ký. Tâm thức cực vi tế bao giờ cũng chỉ hiển lộ duy nhất vào lúc chết, trừ trường hợp những hành giả tu tập các pháp môn Mật tông Tối thượng Du-già thâm sâu nhất, hay đã rèn luyện thuần thục thiền quán và đã đạt được một trình độ rất cao những công hạnh đặc biệt như liễu ngộ tánh Không, tức là sự vắng mặt của tự tánh [tự hữu] nơi vạn hữu, kể cả nơi các hữu tình. Tuy nhiên, có những trường hợp như lúc bắt đầu ngủ, chúng ta cũng trải qua các chu kỳ tương tự với tiến trình của sự chết. Nhưng những giai đoạn này quá chớp nhoáng nên những người không tu luyện đủ thì không thể nhận ra, nói gì đến việc sử dụng chúng!

Sự chết kết thúc khi đương sự tiến vào *bardo* (cõi trung hữu). Tâm thức vi tế của người này - chứ không còn là cực vi tế - lại gá vào một chỗ dựa vật chất, cũng vi tế chứ không phải thô. Đây chưa phải là một sự tái sinh thật thụ, mặc dù người ta thường nói người này "sinh" vào cõi trung hữu.

Trạng thái trung ấm kéo dài một thời gian, có thể lâu có thể mau, nhưng lâu nhất là 49 ngày. Khi trạng thái này chấm dứt và đương sự tiến vào một đời sống mới thì họ chết đi trong cõi trung hữu: bình diện vi tế sẽ ngừng hoạt động để nhường chỗ cho tâm cực vi tế, vì chỉ duy nhất tâm này là có thể thực hiện các thời kỳ chuyển tiếp. Tâm vi tế một khi đã tiến nhập vào tế bào của cha mẹ, các chu kỳ nói trên sẽ lại tuần tự phát sinh, và cứ thế mà tái diễn.

Nói tóm lại, trong tiến trình luân hồi này, một con người còn sống khi các thành phần thô của thân và tâm trong họ còn phát triển và duy trì. Mỗi thời kỳ chuyển tiếp được đánh dấu bởi những "chu kỳ tan rã", nghĩa là sự suy thoái và gián đoạn của các bình diện thô rồi vi tế, để cho bình diện cực vi tế có thể hiển lộ và đảm nhiệm thời kỳ chuyển tiếp. Liền sau đó bình diện vi tế lại nổi lên và được thay thế ngay bằng bình diện thô trong suốt thời gian của cuộc sống, chịu sự chi phối của già và bệnh v.v...

Thật sự là khi ta còn ở trong cái vòng luân hồi này thì ta vẫn phải chịu sự trấn áp của khổ đau dưới ba dạng: *"khổ khổ"* (những cảm thọ khó chịu đau đớn), *"hoại khổ"* (cảm thọ dễ chịu bình thường nhưng ngắn hạn và kết thúc dưới dạng thực sự khổ: nuối tiếc, thất vọng, bất mãn...) và *"hành khổ"* (cảm thọ vô ký nhưng hàm chứa tất cả tiềm năng của hai loại khổ trên).

Nếu chúng ta không làm gì [để thay đổi] thì vòng luân hồi này sẽ cứ y như thế mà tiếp diễn. Nếu chúng ta muốn giải thoát khổ đau thì đừng mong nó sẽ tự động chấm dứt. Chúng ta phải cố gắng tìm cách đoạn trừ nó, vì nó sẽ không bao giờ có thể tự động chấm dứt.

Với mục đích mang lại cho hữu tình ở cuối đời một sự phù trợ thích nghi và đúng lúc, **việc rõ** biết những giai đoạn tuần tự mà họ đang trải qua **là** rất có ích: những chu kỳ tan rã hay phân tán mà kết cuộc là sự chết.

1. Chu kỳ tan rã thứ nhất: nhóm có liên quan với sắc uẩn

Giai đoạn đầu tiên của tiến trình sự chết được đánh dấu bởi sự ngưng hoạt động của năm thành phần có liên quan với nhau: *sắc uẩn,* đại viên cảnh trí "căn bản",[1] *địa đại, thị giác* và các sắc tướng thuộc về **dòng** tương tục của đương sự.

Khi năm phần này **cùng** lúc mất đi hiệu lực của mình thì sự yếu đi của chúng được biểu lộ bằng hai loại dấu hiệu, dấu hiệu bên trong và dấu hiệu bên ngoài. Nếu chúng ta đến để phù trợ và tiễn đưa **người sắp chết** thì **điều** mà chúng ta phải **nhận** biết là các dấu hiệu bên ngoài, vì dấu hiệu bên trong thì chỉ có người đang trải qua tiến trình chết mới thể nghiệm được mà thôi. Nhưng biết được những dấu hiệu tuần tự bên trong này cũng không phải là dư

---

[1] Tức là trí bình phàm, ở nơi một người không có sự tu tập hành trì thiền quán.

thừa. Tuy biết như thế không giúp ích được người khác một cách trực tiếp thật đấy, nhưng đừng quên là chúng ta rồi cũng sẽ phải chết. Lúc ấy, dĩ nhiên là nếu có chuẩn bị thì khả năng nhận biết các dấu hiệu bên trong sẽ cho phép chúng ta ý thức được những gì mình đang trải qua và chủ động lợi dụng thay vì phải thụ động chịu đựng tình thế.

Sắc uẩn:

Quý vị hẳn cũng nhớ *sắc uẩn* có nghĩa là thân xác, nói một cách tổng quát. Tên gọi hơi phức tạp này có điểm lợi là nó nhấn mạnh đối tượng **như một hợp thể kết cấu bởi nhiều thành phần. Ngoài các** đường nét bên ngoài của thân hình, thân **còn** bao gồm tất cả các cơ quan nội tạng, bắp thịt v.v... dưới làn da, và cho dầu không thấy được nhưng **những** thứ này vẫn có đó. Hơn nữa, *sắc uẩn* còn bao gồm một hệ thống kinh mạch và các *khí* (hay các *năng lượng*, nếu quý vị thích từ này hơn) luân lưu bên trong. Đó là những yếu tố vi tế hơn các yếu tố thô vốn được gọi là "*sinh lý*" trong ngôn ngữ thông thường, nhưng [thật ra] chúng thuộc về *sắc pháp*. Ở đây, khi nói về *sắc uẩn* thì **danh từ** này **chỉ hàm ý** duy nhất là thân xác, tức thân thể chúng ta.

Quý vị có đồng ý không? Điều này áp dụng cho tất cả mọi người, chúng ta là người, tức là những sinh vật, có một xác thân và thịt xương tạo nên thân của chúng ta. Điều này cũng áp dụng cho thú vật nữa.

Có gì khác biệt giữa thịt của một người và thịt của con vật mà ta dùng để ăn? Sự khác biệt đó là hiện thời ta vẫn còn sống. Khi chúng ta còn sống thì phần xương thịt, tức là phần chính yếu của thân chúng ta được tiêm nhiễm, được duy trì nhờ vào nhiều loại khí khác nhau. Hơn nữa, trong đó một số có công năng duy trì sự sống. Ngược lại, trong xương thịt của một xác chết thì không còn luồng khí nào hoạt động nữa. Các khí đã tan rã, biến mất. Xương thịt ấy không còn thuộc về dòng tương tục của một con người, một sinh thể nữa.

Giản dị hơn nữa, hãy tưởng tượng chúng ta bị mổ xẻ, bị lấy ra một bắp thịt hay bị cưa tay hay chân, xương và thịt. Cái đang là một phần thân thể chúng ta nay bị tách rời ra. Trong trường hợp này, các khí vi tế đang luân chuyển trước khi tay hay chân bị cưa, nay không vào trong ấy được nữa vì các kinh mạch đã bị đứt đoạn. Vì các khí không còn có mặt trong bắp thịt hay phần tay, chân đã bị cưa ấy, nên những hoạt động tâm thức nội tại của chúng ta cũng bị đình chỉ. Từ nay, chân trái [bị cưa đứt] của ta chẳng hạn, sẽ thuộc phạm vi của các hiện tượng vật chất vô tình. Nó không còn [tính chất] gì của một sinh thể hữu tình nữa. Nó không còn là bộ phận của một sinh vật nữa. Nó không còn thuộc về dòng tương tục của một con người nữa.

Đó là cách mà chúng ta có thể phân biệt giữa một sinh thể và một vô sinh thể, giữa hữu tình và vô tình. Ở đây, chúng ta định nghĩa một hiện tượng là sinh thể hay hữu tình khi các khí chống đỡ cho tâm thức còn luân lưu trong người họ. Nếu không, hiện tượng này phải được xếp vào thành phần vô tình.

Vì chúng ta đang đề cập đến hiện tượng vật chất mà Tây Tạng gọi là *rlung* (Phạn ngữ: *vayu*), xin lưu ý là chưa có một sự thỏa thuận chung nào để dịch chữ này. Khi quý vị đọc chữ "*khí*" hay "*phong*" (gió) trong một tác phẩm [liên quan nào đó], thì hãy nhớ đó là chữ *rlung* **trong tiếng** Tây Tạng. Đây là một hiện tượng vật chất **nên** tất nhiên phải là một pháp duyên sinh được tạo tác. Đừng nghĩ rằng đó là một cái gì **đặc** biệt riêng rẽ. Đó là một loại hiện tượng tầm thường, do năm đại tạo nên, tức là **đất, nước, lửa, gió** và **hư không**.

Nhìn tổng quát thì **sắc pháp** không phải là một hiện tượng đơn thuần, hiển hiện một cách hoàn toàn thuần chất. Vả lại, chọn dùng chữ "*uẩn*" có mục đích vạch rõ là **ta** đang nói đến một hợp thể có nhiều thành phần, kết quả của năm đại liên kết với *giới* (Phạn: *dhātu* Tây Tạng: khams). Có lẽ điều này rất hiển nhiên, ai cũng biết, nhưng **thỉnh thoảng** cũng nên nhắc lại để mọi người ý thức được rõ ràng.

Chúng ta có thể hỏi: tại sao lại làm rắc rối vấn đề như thế, dường như chỉ vì muốn rắc rối cho vui thôi, **vì** dùng chữ "*sắc*" **cũng** là đủ lắm rồi. Tại sao lại dùng chữ dài dòng và tối nghĩa như **sắc uẩn** làm gì?

Thật ra, *sắc* hay *sắc uẩn* **cũng** đồng nghĩa, và ta có thể dùng chữ nào cũng được. Nhưng **chữ sắc uẩn** dài hơn mà đức Phật thường chọn dùng là để nhấn mạnh một sự thật, tuy hiển nhiên nhưng **thường** bị quên lãng.

Nếu suy nghĩ một chút thì ai cũng có thể đồng ý rằng "thân của ta", "sắc của ta" là một hợp thể, do một số thành phần khác nhau phối hợp theo một số quy luật đặc biệt để tạo thành. Tuy nhiên, dầu đó là sự thật, nhưng **những** lúc bình thường không phân tích tư duy thì không biết chúng ta nhận thức **thế** nào mà khi nhìn hay nghĩ đến một sắc tướng thì trong trí ta lại hiện ra, không phải một hợp thể cấu tạo bằng nhiều thành phần khác nhau, mà một thực thể đơn thuần, có vẻ như do tự nó tạo lập ra, không tùy thuộc vào bất cứ gì khác!

Thật ra, để có một *sắc tướng* [nào đó], bắt buộc phải có một số thành phần khác biệt được sắp xếp theo một phương trình chính xác. Chỉ cần một thành phần vắng mặt là cái sắc tướng nói trên sẽ không thể hiện hữu. Đây là sự thật.

Vấn đề là chúng ta không hề nhận thấy sự vật [theo cách đúng] như thế. Cái *sắc tướng* hiện ra trong trí chúng ta cho ta thấy đó là một thực thể độc lập [tự tồn], xuất hiện bằng chính **khả** năng của nó, hoàn toàn tự chủ. Nếu chỉ hiện ra trong trí chúng ta dưới dạng ấy cũng chẳng lấy gì làm nguy hại. Vấn đề là chúng ta lại tin tưởng vào cái tướng bề ngoài ấy. Thế là chúng ta nắm lấy sự việc dưới khía cạnh ấy, tức là thấy chúng tự sinh ra và tự tồn tại. Nói cách khác, vì các *sắc tướng* hiển hiện trong tâm ta một cách tự nhiên như thể chúng không tùy thuộc vào gì khác ngoài chính mình, ta sẽ chấp lấy chúng y như thế và tin rằng đó là sự thật. Sự lầm lạc của ta nằm ngay chỗ này, một sự lầm lạc với nhiều hậu quả nặng nề vì nhận thức sai lầm ấy chính là cái gọi là *chấp thật* (Tây Tạng: *bden par 'dzin pa*), chấp có tự tánh [tự hữu], chấp hiện hữu độc lập (*bdag 'dzin*), và đó là căn bản, là gốc rễ của cõi Ta-bà đối với chúng ta. Nhận thức sai lầm này đã níu giữ chúng ta lại trong vòng luân hồi sinh tử giữa các thế giới hữu vi, trong đó chúng ta vẫn còn và sẽ tiếp tục chịu khổ đau.

Do đó, muốn chấm dứt vòng luân hồi sinh tử thì trước hết phải chấm dứt các vọng tưởng theo thói quen. Vì để phá bỏ những nhận thức sai lầm của ta về chính mình nên đức Phật đã chọn dùng từ ngữ như trên. Khi nói với chúng ta về *sắc uẩn* thay vì chỉ nói *sắc* hay *thân* mà thôi, Ngài muốn lôi kéo sự chú ý của chúng ta: Phải, *sắc thân* có đó, nhưng *sắc* này không phải là một cái gì được thành lập như quý vị vẫn nghĩ và vẫn tin tưởng. Đó là một *uẩn*, nghĩa là cái mà quý vị vẫn thấy dưới dạng một *sắc thân* chính là kết quả của một **hợp thể** gồm nhiều thành phần hội tụ với nhau.

Như vậy, nguồn gốc của cõi *Ta-bà* hay các thế giới tạo tác mà chúng ta vẫn còn đang thể nghiệm chính là nhận thức [sai lầm] của ta mà Phật giáo gọi là *chấp ngã*, hay chấp tuyệt đối. Đối với những ai không biết nhiều về Phật giáo, tôi thừa nhận là các khái niệm này hơi mơ hồ. Điều này cũng tự nhiên thôi. Cái mà chúng ta cần nhớ là, cách nhận thức bình thường của chúng ta làm cho ta vô tình luôn sống trong vọng tưởng, nghĩa là thấy **biết** các hiện tượng một cách sai lầm. **Trong khi** vật thể ta đang nhìn chỉ là một hiện tượng duyên sinh thì hình tướng trong trí chúng ta lại hiển hiện như một cái gì tuyệt đối, ngoài nhân duyên mà có!

Các hiện tượng có mặt thật đấy, nhưng sự có mặt của chúng cần có sự kết hợp của các nhân duyên, vì thế nên mới gọi là kết quả của duyên sinh. Nhưng ta không hề nhận biết điều này ngay, ngược lại là khác. Vì cái hình tướng trong trí ta hoàn toàn tương phản với cách phát sinh [**thật sự**] của vạn hữu, tất nhiên là nhận thức của ta về hình tướng này **sẽ** hoàn toàn có tính cách lừa dối.

Khi phân tích các hiện tượng, nhất là các hiện tượng thuộc *sắc tướng*, Phật giáo đã tìm cách đi từ bình diện thô nhất đến bình diện vi tế nhất. Đi từ các hình tướng thô (tức là có thể nhận thấy bằng mắt), **Phật giáo** thấy rằng các hình tướng này được kết hợp bởi các thành phần, và các thành phần này được kết hợp bởi các nguyên tử. Cứ tiếp tục **phân tích** thì sẽ đến các phần tử [nhỏ hơn] hay vi trần, **rồi** cực vi trần.

Các triết gia Phật giáo đã tranh luận nhiều về các phần tử hay vi trần này. Họ tự hỏi, các vi trần nhỏ nhất tìm ra được có phương hướng hay không, v.v... **Cho dù** bất đồng ý kiến trên vài điểm, **nhưng** họ hoàn toàn đồng ý với nhau rằng ngay cả các cực vi trần cũng do năm đại tạo thành, nghĩa là **vẫn** còn có thể được phân ly, chia chẻ ra.

Các triết gia Phật giáo đã lý luận như thế nào? Bằng cách phân tích, họ đi tìm vi trần nào nhỏ nhất có thể hiện hữu. Khi tìm được một cực vi trần, họ nhận ra rằng không thể tìm ra [**hình thức**] nhỏ hơn. Họ bèn tìm cách cô lập cực vi trần ấy rồi để nó trước mặt. Họ **lặp** lại thao tác ấy bốn lần nữa, cho đến khi cô lập được bốn cực vi trần khác cùng loại. **Sau đó, họ sắp xếp** bốn cực vi trần mới này xung quanh cái đầu tiên. Theo **lý thuyết, lúc này** họ có một cực vi trần ở giữa **cùng với** một ở hướng nam, một ở hướng đông, một ở hướng bắc và một ở hướng tây. Rồi họ sẽ đi đến kết luận nào?

Cực vi trần ở phía đông có xúc chạm với cực vi trần ở phía tây hay không? Nếu đưa ra giả thuyết rằng trong mạn đồ này, cực vi trần phía tây có thể xúc chạm với cực vi trần phía đông, và kết quả là vừa đặt cái này bên cạnh cái kia, các cực vi trần sẽ hợp nhất với nhau, thì sẽ đi đến kết luận không thể chấp nhận là không còn nhiều cực vi trần khác biệt được đặt cạnh nhau nữa, mà chỉ còn mỗi một vi trần duy nhất.

Vì giả thuyết trên dẫn đến những ngụ ý vô lý như có đặt bao **nhiêu** cực vi trần bên cạnh nhau cuối cùng ta vẫn chỉ còn lại có mỗi một vi trần, nên chúng ta có thể **suy** luận ra rằng khi một cực vi trần được đặt gần những cực vi trần khác, chúng sẽ ở cạnh nhau riêng rẽ chứ không **thể** hợp làm một với nhau. Mỗi cực vi trần hiển bày nhiều phương hướng, vì thế chúng vẫn còn chia chẻ được. Cho nên, tuy là cực vi nhưng chúng vẫn là một hợp thể.

Đó là quá trình phân tích của các triết gia Phật giáo để đi đến kết luận là một cực vi trần phải là một hiện tượng duyên sinh vì nó là một phần tử hiển bày nhiều phương hướng, hay là phương phần. Để hiện hữu, nó phải tùy thuộc vào các thành phần của nó. Nhận định như thế rồi, các triết gia nói trên suy ra rằng sẽ không bao giờ tìm thấy một cực vi trần nào nhỏ đến **mức** không thể chia chẻ được.

Dầu sao đi nữa, họ còn nói thêm, nếu có ai nói ngược lại những suy nghiệm của họ và xác định rằng đã tìm ra một cực vi trần không thể chia chẻ được, thì cực vi trần **được** cho là không chia **chẻ** được này vẫn là một pháp duyên sinh, vì không bao giờ nó có thể là một thực thể độc lập và đứng ngoài nhân duyên. Vì sao? Vì giả định rằng đó là một cực vi trần không phương phần, nó vẫn phải cần một sự nhận thức rằng nó là một cực vi trần không phương phần và vẫn phải có một tên gọi. Vậy thì một cực vi trần không phương phần vẫn tùy thuộc vào một "*năng chấp*" (người nhận thức) và một cái "*danh*" (tên gọi).

Kết luận của những chứng minh trên là tất cả các sự **vật hiện** hữu nói chung, và nhất là tất cả các sắc tướng đều là *có*, không thể chối cãi được, nhưng lại do nhân duyên mà *có*. Chúng bắt buộc phải tùy thuộc vào các sự **vật hiện** hữu khác làm nhân hay làm duyên cho chúng, tối thiểu là vào một "*năng chấp*" và một cái "*danh*". Tóm lại, cái gì *có* đều luôn luôn là duyên sinh. Điều này có thể thấy rõ hơn khi đó là một *sắc pháp* thô như một thân người, v.v...

Tuy nhiên, **trong** khi pháp duyên khởi giải thích sự thành lập của các hiện tượng như thế thì chính pháp này cũng ngụ ý tiến trình ngược lại. Khi đã có một sự xuất hiện vào một thời điểm nào đó thì phải có một sự biến mất vào một thời điểm khác. Ngay khi một số nhân duyên hội tụ vào một thời điểm để một sắc tướng thô có thể thành hình thì rất tự nhiên là sau đó chính các nhân duyên ấy sẽ phân tán, đưa đến sự tan rã, sự **diệt mất** của sắc tướng thô đã được thành lập nói trên.

Trở lại tiến trình chết đúng nghĩa thì giai đoạn thứ nhất gọi là chu kỳ tan rã của *sắc uẩn*. Nói một cách chính xác hơn **là** "*nhóm sắc uẩn*", vì quý vị **hẳn còn** nhớ **là** có năm thành phần **cùng lúc** mất khả năng hoạt động.

Hãy thận trọng về ý nghĩa của từ ngữ đang dùng. Ở đây, sự "*tan rã*" hay "*phân tán của sắc uẩn*" không có nghĩa là cái *uẩn* nói trên, tức là *sắc thân*, sẽ hoàn toàn tiêu tan. Không hề có chuyện đó. **Vào lúc này thì** *sắc thân* **vẫn còn đó, vẫn đang** sống. Thật ra câu trên chỉ có nghĩa là chu kỳ thứ nhất của sự chết trùng hợp với sự suy nhược của các khí đã duy trì *sắc thân* và cho phép nó hoạt động cho đến giờ này. Một khi các khí ấy suy suyễn hay mất đi công năng thì ta nói "*sắc uẩn tan rã*".

Các triệu chứng

Các triệu chứng tiêu biểu cho chu kỳ tan rã thứ nhất là gì?

Chúng ta hãy lưu tâm đến các triệu chứng bên ngoài, vì khi đến phù trợ lâm chung thì đó là những dấu hiệu mà chúng ta có thể nhận biết được.

Về mặt sinh lý, sẽ có một sự suy thoái toàn diện, nhưng đừng lẫn lộn với sự suy thoái bình thường của tuổi già. Một trong các triệu chứng là người lâm chung không còn điều khiển được tay hay chân gầy guộc của mình. Ta thấy rõ điểm này khi quan sát bàn tay họ. Người này không thể cầm nắm một vật gì nữa. Họ có thể phác một cử chỉ để lấy một cái gì đó, nhưng không nắm lấy được. Ngược lại, nếu họ có cái gì trong tay thì họ không thể buông ra được vì các ngón tay bị co quắp cứng lại.

Đại viên cảnh trí: Trí giống như mặt gương

Cụm từ phải thừa nhận là hơi tối nghĩa này chỉ cho nhãn thức. Tại sao lại so sánh nhãn thức với một tấm gương? Bất cứ vật gì cũng được phản chiếu khi đặt trước một tấm gương. Cũng thế, trong suốt cuộc đời ta, dĩ nhiên với điều kiện là mắt và thị giác của ta hoàn hảo, thì chúng giữ vai trò tấm gương cho ta, vì chúng phản chiếu tất cả những hình tướng khác nhau trong tầm mắt để ta có thể nhận biết được.

Trong chu kỳ tan rã thứ nhất, cái khí sở y cho thị giác suy yếu rồi nên mắt bị lòa đi, cái thấy lu mờ đi. Tấm gương không còn làm tròn chức vụ của nó. Sự phản chiếu sáng rõ qua một tấm gương lành lặn trong sáng không còn nữa. Nhãn thức mất đi khả năng nhận biết qua cái thấy, vì cái khí chống đỡ cho nó đã bị suy suyển.

Qua tiến trình của hiện tượng xuất sinh mà chúng ta đã nói lược qua, chúng ta biết sau năm loại khí chính căn bản, mỗi tháng có một loại khí phụ xuất hiện, và mỗi loại khí này sẽ giúp cho một loại quan năng hoạt động, **trong đó có một loại khí phụ có công năng giúp cho mắt thấy được. Khi khí này mất đi hiệu lực thì nhãn thức y cứ vào nó cũng không thể tiếp tục [tồn tại] nữa.**

Giữa chúng ta đây, có rất nhiều người làm việc trong các cơ quan y tế, và qua nghề nghiệp của mình thường tiếp xúc với những người ở đoạn cuối của cuộc đời. Tôi tin chắc rằng họ đã nhận **thấy những loại triệu chứng này rất thường xuyên. Hơn nữa, tất cả những ai đã từng ở bên tử sàng của một người lâm chung đều có thể ghi nhận rằng bắt đầu từ một lúc nào đó, người lâm chung mất đi khả năng thấy.** Điều này không có nghĩa là họ không thấy gì nữa cả, chúng ta chưa nói đến giai đoạn này, nhưng mắt họ lòa đi. Khi ta chỉ cho họ một vật gì thì họ không phân biệt vật ấy nữa, và nếu họ thử gọi tên vật ấy, họ thường gọi sai. Họ lẫn lộn vì dường như đối với họ, mọi sự trở nên càng lúc càng lờ mờ, không rõ nữa.

Như thế có phải chăng là vào lúc này ai cũng có khuynh hướng nhắm kín mắt lại? Không. Một số người có thể có phản ứng đó, nhưng ngược lại rất nhiều người lại mở căng mắt ra nhìn chòng chọc. Nhưng ví như ta quơ tay trước mắt họ, họ cũng sẽ không còn phản ứng vì không phân biệt được gì nhiều nữa. Trong họ, đại viên cảnh trí [**căn bản**] đã mất hiệu lực rồi.

Địa đại

Đồng thời với ***sắc uẩn*** và đại viên cảnh trí, địa đại cũng tan rã trong chu kỳ thứ nhất, làm cho nhiều tác dụng phát sinh. Thân của người lâm chung trở nên mềm rũ, vô lực và tay chân yếu ớt. Họ không cử động chân tay được nữa.

Sự tan rã của địa đại làm cho họ có cảm giác bị lún xuống đất, đó là một dấu hiệu ta không thấy được từ bên ngoài, nhưng vì lý do ấy mà nhiều người lâm chung thường xin được nâng lên trên gối.

Một lần nữa, xin đừng hiểu lầm. Dầu ta dùng chữ "***địa đại tan rã***", nhưng không có nghĩa là địa đại hoàn toàn bị hủy diệt hoặc bay biến đi mất. Như trước kia, điều xảy ra là cái khí chống đỡ loại đại này đã quá yếu để làm tròn chức vụ của mình. Nói tan rã, có nghĩa là cái khí sở y của địa đại trong suốt cả một đời nay đã hư hoại rất nhiều. Một vài chuyên luận nói là địa đại tan rã trong thủy đại. Nhưng đừng tưởng tượng là địa đại sẽ hòa tan trong thủy đại. Quý vị cần nhớ **rằng "*địa đại tan rã*"** chỉ có nghĩa là cái khí chống đỡ cho địa đại đã suy suyển đi và đã ngừng hoạt động.

Thị giác

Trong suốt cuộc đời, nhờ thị giác mà ta thấy và

ý thức được các sự vật. Nay trong chu kỳ tan rã thứ nhất, người lâm chung không **thể** mở hay nhắm mắt theo ý mình. Họ không còn điều khiển được mí mắt.

Sắc tướng trong dòng tương tục

Sắc tướng bên ngoài của người lâm chung cũng *"tan rã"*, nghĩa là cũng mất đi khả năng tự duy trì và hoạt động của mình. Dấu hiệu thấy được từ bên ngoài là màu da người **sắp chết** biến đổi, mất đi vẻ tươi nhuận mà trở nên tái nhợt **dần** như xác chết. Rõ ràng là họ không còn sức lực nữa. Tuy nhiên, **trừ** một vài trường hợp đặc biệt, [**thường thì lúc này**] người **sắp chết vẫn** còn đủ sức nghe và hiểu.

Tóm lại, chu kỳ thứ nhất của sự chết bao gồm sự tan rã các thành phần liên quan đến *sắc uẩn*. Trong giai đoạn này, *sắc uẩn, đại viên cảnh trí, địa đại, thị giác* và các sắc tướng thuộc **dòng** tương tục của đương sự đều đồng thời tan rã. Khi liệt kê, ta bắt buộc phải nói từ điểm này sang điểm khác, nhưng trong thực tế thì cả năm thành phần nói trên đều **cùng lúc** mất hiệu lực.

Triệu chứng bên trong:

Chúng ta đã nói đến năm triệu chứng bên ngoài mà người ngoại cuộc có thể nhìn thấy. **Những** gì không thấy được từ bên ngoài mà người **lâm** chung cảm nhận được là triệu chứng bên trong. Trong chu kỳ thứ nhất này, **người lâm chung** có những ảo tượng, đây không phải là **những** gì thấy được qua cảm quan, qua con mắt, mà là một sự cảm nhận nội tại.

Những gì người lâm chung cảm nhận có thể so sánh với điều chúng ta thấy khi đứng giữa một bãi cát [mênh mông] hay trên một con đường tráng nhựa khi trời rất nóng. Do nhiệt độ cao và ánh phản xạ của mặt trời, đôi khi ta có ảo giác thấy nước ở đằng xa, nhưng sự thật thì không có.

2. Chu kỳ tan rã thứ hai: nhóm có liên quan với thọ uẩn

Bốn thành phần cùng lúc tan rã với *thọ uẩn* là *bình đẳng tánh trí, thủy đại, thính giác* và *âm thanh* trong dòng tương tục của người lâm chung.

Chúng ta sẽ không nói nhiều trong chu kỳ thứ hai này vì các triệu chứng có thể ghi nhận được bởi người ngoài ít hơn chu kỳ đầu. Những ai muốn biết nhiều hơn có thể tham khảo các tác phẩm chuyên môn về sự chết.

Thọ uẩn:

Chúng ta có thể nói một câu về sự tan rã của thọ uẩn này. Những nhận xét trước kia vẫn áp dụng được ở đây: khí chống đỡ cho các cảm quan sinh lý không làm tròn chức vụ được nữa, nên các cảm quan sinh lý bị suy yếu và cùn nhụt đi. Người lâm chung không còn nhận được các cảm giác dễ chịu, khó chịu hay vô ký nữa.

Bình đẳng tánh trí:

Khí chống đỡ cho các cảm quan dẫn đến cảm thọ nội tại bắt đầu tan rã. Người lâm chung không còn cảm nhận cái gì dễ chịu, khó chịu hay vô ký, nhưng hiện thời ta chỉ nói về các cảm giác thô.

Thủy đại

Thủy đại tan rã đưa đến sự khô cạn của tất cả các chất lỏng trong thân: nước bọt, máu, nước tiểu v.v... Không còn nước bọt nên người lâm chung cảm thấy miệng lưỡi càng lúc càng khô, do đó thường than khát nước. Trên răng họ đóng lên một lớp váng đen đen. Môi trên của họ hơi nhếch lên, hai cánh mũi nhíu lại. Khi ta chứng kiến một người hấp hối, những dấu hiệu này rất rõ ràng.

Thính giác

Sức nghe không còn, người lâm chung không nghe được âm thanh nào, dầu bên ngoài hay bên trong.

Đây là một điểm cần biết và ghi nhớ, vì nếu ta muốn giúp đỡ một người lâm chung bằng những lời khuyên giải để họ có thể trụ được trong một trạng thái tâm thức **hiền** thiện và lợi lạc thì **phải** làm [**điều đó**] trước giai đoạn thứ hai này. Từ **lúc này**, người **lâm chung** không còn nghe được gì nữa, không một âm thanh, nghĩa là không một lời nói **nào** còn có thể lọt vào tai họ. Muốn trực tiếp giúp đỡ bằng âm thanh hay lời nói thì lúc này đã quá muộn.

Âm thanh trong dòng tương tục

Trong suốt cuộc đời, có một âm thanh vang hưởng trong tai ta nhưng phần đông ta không nghe thấy. Muốn ý thức được âm thanh ấy, hãy bịt tai lại và sẽ nghe tiếng "u... u..." liên tục. Âm thanh ấy chấm dứt ở giai đoạn này.

Triệu chứng bên trong

Người lâm chung có ấn tượng thấy như có một làn khói mỏng. Để có một ý niệm về hình ảnh họ thấy, hãy nghĩ đến điều gì xảy ra khi ta nhóm củi trong một căn phòng. Sau một lúc, làn khói mù mịt trong căn phòng sẽ tan dần, vì khi khói tan gần hết, chỉ còn lại trên đầu ta, dưới trần nhà, một làn khói mỏng. Người lâm chung thấy một ảo tượng tương tự như thế.

3. Chu kỳ tan rã thứ ba: nhóm có liên quan với tưởng uẩn

Bốn thành phần đồng thời tan rã với *tưởng uẩn* là *diệu quan sát trí*, *hỏa đại*, *tỷ giác* và những mùi hương thuộc về dòng tương tục của người lâm chung.

Một lần nữa, tôi xác định với quý vị rằng khi ta nói về sự tan rã của *thọ uẩn* rồi đến *tưởng uẩn* là nói trên bình diện thô. Chỉ có bình diện thô của các uẩn này mới bị suy suyển đến độ biến mất, nhưng hai tâm sở này vẫn tồn tại dưới những dạng vi tế hơn.

Tưởng uẩn

Khi tưởng uẩn tan rã, người lâm chung thường mất ký ức liên quan đến người thân. Họ không nhận ra mà cũng không nhớ họ là ai.

Diệu quan sát trí

Diệu quan sát trí bình thường giúp ta nhớ biết, thí dụ như tên của cha mẹ, vợ chồng, con cái... Một khi trí này tan rã, người lâm chung không còn nhớ tên của những người thân này nữa.

Hỏa đại

Hỏa đại tan rã, hơi nóng trong thân giảm xuống, đó là một triệu chứng dễ dàng nhận ra được. Ta thường nghe người hấp hối than *"Trời lạnh xuống thì phải!"*.

Tỵ giác

Tỵ giác đồng thời tan rã: Triệu chứng bên ngoài là sự thay đổi trong hô hấp của người lâm chung. Họ thở ra tiếng và thở không đều. Họ hít không khí mỗi lúc một khó khăn nên hơi thở vào yếu ớt, ngắn và chậm, trong khi hơi thở ra lại dài. Chính vào lúc này ta sẽ nghe tiếng khò khè rất đặc trưng của người hấp hối.

Những mùi hương

Những mùi hương thuộc dòng tương tục của

người lâm chung: **Từ lúc này**, người **lâm chung** không thể ngửi và phân biệt được các mùi hương, nhưng điều này không biểu lộ bằng bất cứ dấu hiệu nào **nhận biết** được từ bên ngoài.

Một tác dụng khác **khi** hỏa đại tan rã là người **lâm chung** mất khả năng ăn uống và tiêu hóa bất cứ thực phẩm nào, dầu lỏng hay đặc. Nếu ta cố đổ một chút nước vào miệng họ, vì họ không nuốt được nữa nên nước sẽ chảy ra ngoài ngay.

Triệu chứng bên trong

Người lâm chung có cảm giác thấy những điểm sáng, giống như những đốm lửa hay những con đom đóm trong bóng tối.

4. Chu kỳ tan rã thứ tư: nhóm có liên quan với hành uẩn

Bốn thành phần đồng thời tan rã với *hành uẩn* là *thành sở tác trí, phong đại, vị giác* và các vị thuộc về **dòng** tương tục của người lâm chung, **cùng** với cảm quan sinh lý là sự xúc chạm.

Hành uẩn

Triệu chứng sự tan rã của uẩn này rất dễ nhận thấy: Thân hình của người lâm chung hoàn toàn bất động từ **lúc này**. Họ không còn làm gì được nữa, không nhúc nhích được nữa.

Thành sở tác trí

Thành sở tác trí giúp ta nhớ những việc gì phải làm trong cuộc sống hằng ngày. **Khi trí** này tan rã, người lâm chung mất đi trí nhớ mình phải làm gì.

Phong đại

Phong đại cũng tan rã: Điều đang thật sự xảy ra là mười **loại** khí tương đối thô bắt đầu phát động lần lượt, cái này sau cái kia ngay sau lúc phôi thai, rồi luân lưu trong cả thân thể để hoàn thành các chức năng của mình, nay sẽ tụ họp hết ở một điểm giữa lồng ngực gọi là tâm điểm. Dấu hiệu bên ngoài rất rõ rệt là hơi thở bình thường chấm dứt. Nói cách khác, đó là tình trạng mà người ta gọi là *"sự chết"*.

Theo Phật giáo, đây chỉ là cái "chết y học" chứ chưa phải là cái chết thật sự, mà chỉ là giai đoạn thứ tư của một chu kỳ, hãy còn bốn giai đoạn theo sau nữa. Cho dầu người ta không còn thở, nhưng họ vẫn chưa chết.

Vị giác

Vị giác tan rã được biểu lộ qua một dấu hiệu dễ nhận thấy: lưỡi người lâm chung thụt ngắn và dày ra, đầu lưỡi hơi cong lên và cuống lưỡi xanh sạm.

Các vị giác thuộc dòng tương tục

Ở giai đoạn này, và chỉ ở giai đoạn này, người lâm chung mất hết khả năng cảm nhận và phân biệt các vị khác nhau.

Xúc giác

Hành uẩn tan rã cũng bao hàm xúc giác. Xúc giác không còn nữa, người lâm chung không thể phân biệt được các cảm giác êm dịu, nhám, sần sùi v.v...

Triệu chứng bên trong

Người lâm chung có cảm giác thấy một ánh nến hay ngọn đèn dầu chao động trước gió.

Cuối chu kỳ thứ tư, tất cả các thành phần thuộc dạng thô của người lâm chung đã tan rã, trên bình diện sinh lý cũng như tâm lý. Trên thực tế, mười khí năng lực thô đã tan rã nên các nhận thức, các loại tâm sở nương tựa vào chúng cũng tự động chấm dứt. Nhưng đừng quên là theo quan điểm Phật giáo thì họ vẫn chưa chết. Những gì vẫn còn trong người này là các sắc và tâm tưởng ở bình diện vi tế.

Người lâm chung còn phải trải qua bốn chu kỳ nữa, trong khi đó nhận thức của họ sẽ càng lúc càng vi tế. Những giai đoạn này chỉ được đánh dấu bằng những triệu chứng bên trong mà thôi.

5. Chu kỳ tan rã thứ năm: tâm thức màn trắng hiện

Tám mươi tâm sở tan rã vào một tâm thức gọi là "*màn trắng hiện*". Người lâm chung thấy hình một ánh lửa (như lửa của một ngọn đèn bơ) bất động, rồi một màn ánh sáng trắng.

6. Chu kỳ tan rã thứ sáu: tâm thức màn đỏ tăng trưởng

Người lâm chung có cảm giác thấy một ánh sáng đỏ rất mạnh, giống như **bầu** trời **màu** cam lúc bình minh.

7. Chu kỳ tan rã thứ bảy: tâm thức màn đen cận thành tựu

Người lâm chung có cảm tưởng bị bóng tối bủa vây, họ như chìm trong hôn mê và không cảm nhận gì nữa.

8. Chu kỳ tan rã thứ tám: tâm thức ánh tịnh quang của sự chết

Các dạng vi tế của tâm và của khí sở y tan biến, **nhường** chỗ cho một tâm và khí rất vi tế.

Người lâm chung có cảm giác trông thấy một khoảng không vô tận, hoàn toàn thanh tịnh, không có chút màu sắc nào.

Đối với Phật giáo, chính trong giai đoạn này, giai đoạn của ánh tịnh quang, mà sự chết thực **sự** phát sinh.

Điều gì có ích cho ta vào lúc chết?

Giản dị nhất là hãy loại trừ dần những gì không có ích cho ta. Rõ ràng là khi chết, phần đông những gì ta ưa thích lúc còn sống không còn giúp ích gì cho ta được nữa, ít ra là không giúp trực tiếp. Thế là của cải, gia tài mà ta đã khó khăn lắm mới gom góp được, nay sẽ hoàn toàn vô dụng. Chức vị, thanh danh, tên tuổi cũng thế... Người thân cũng không còn trực tiếp giúp ta được: cha mẹ, con cái, vợ chồng, y sĩ, bạn bè kể cả sư phụ hay đệ tử, không ai ngăn cản nổi cái chết, ngay cả những người mà ta đặt hết tin tưởng và trông cậy cả một đời.

Hãy suy nghĩ một chút. Hiển nhiên là khi ta nhắm mắt lìa đời, thân và tâm vi tế sẽ rời khỏi cái vỏ vật chất trước để hướng đến một nơi tái sinh khác, thì của cải và tài sản sẽ hoàn toàn vô dụng, **trong ý nghĩa** là ta không đem theo được gì cả. Đừng nghĩ rằng **vì** ta đã thành công và sung túc, ngay cả giàu có đi nữa **nên** ta có thể đầu thai trở lại cùng với tiền bạc của cải vật chất. Điều này không thể được. Hơn nữa, ta cũng không thể đem bất cứ ai đi theo ta, kể cả những người thân yêu nhất. Ngay cả khi ta cảm nhận được một sự ràng buộc rất mật thiết, trên phương diện tâm linh hay gì khác, với một số người nào đó, những sự ràng buộc này **cũng** không còn "ích lợi" nữa, **trong ý nghĩa** là họ không có cách nào đi theo ta một quãng đường xa hơn.

Sự thật, chết nghĩa là thân và tâm vi tế phải tiếp tục con đường của mình để hướng đến một cuộc sống mới, nhưng không thể đem theo những gì mà mình đã sở hữu suốt cả cuộc đời vừa mới chấm dứt, cũng không thể dắt theo một người nào, dầu thân **thiết** đến đâu đi nữa. Vả lại, ngay cả cái thân thể nhờ những nghiệp lực đặc thù nào đó mà ta đã lấy được lúc phôi thai và đã sử dụng từ đầu đến cuối cuộc đời, chính cái thân thể gần gũi và trung thành với ta dường ấy, ta cũng bắt buộc phải bỏ lại sau lưng.

Nói tóm lại, tất cả những gì mà suốt đời chúng ta đã gọi là "của tôi", đã nói là "thuộc về tôi", "tôi có", thì khi chết đi đều không thuộc về ta nữa, mà sẽ lọt vào tay những chủ nhân khác, cũng một cách tạm bợ không kém.

Điều này áp dụng cho tất cả: tiền bạc, quần áo, nhà cửa, và ngay cả thân thể - thi thể - không còn là của ta, mà sẽ thuộc về những người ở lại, những người thừa kế của ta v.v... Và rồi có một ngày, họ cũng sẽ phải trải qua cảnh huống ấy.

Thế thì tất cả những của cải vật chất mà ta sở hữu trong suốt một đời, ta đều phải để lại khi chết đi, và chúng qua tay người khác. Còn đối với người thân, những người gần gũi nhất - cha mẹ, con cái v.v... - thì chết có nghĩa là phân ly với họ, vĩnh viễn. Ta sẽ không bao giờ gặp lại họ nữa. Nói thế không có nghĩa là chúng ta sẽ không gặp lại họ trong những kiếp tái sinh, nhưng chắc chắn là sẽ không như trước nữa. Phải, chúng ta có thể gặp lại họ, nhưng trong những bối cảnh hoàn toàn khác biệt, trong ấy mỗi người sẽ có một địa vị không giống chút nào với những quan hệ mà ta đã đan kết trong kiếp sống này, những quan hệ mà ta hằng tha thiết.

Để diễn tả tất cả những cảnh phân ly và nhấn mạnh tính chất vĩnh cửu của chúng, đức Phật đã dùng đến đủ loại thí dụ minh họa, nhất là trong **kinh** Phổ Diệu,[1] Đức Phật đã gợi đến cảnh lá rụng mùa thu. Khi trời trở lạnh và gió thổi mạnh, những chiếc lá trong **tán** lá hài hòa của ngọn cây bắt đầu rơi xuống và bay tán loạn theo cơn gió lốc. Sau đó, **việc cố** nhặt chúng về và gắn trở lại **lên** những cành cây xưa kia để hồi phục **tán** lá cũ là một công việc vô ích, không thể làm được.

Những chiếc lá cây một khi phân tán thì vĩnh viễn không tụ họp được với nhau nữa, giống như những cuộc phân ly sau cái chết, không thể vãn hồi được. Đức Phật **dạy rằng** không ai có thể phục hồi những hoàn cảnh y như trước. Ngài cũng lấy thí dụ của một **dòng** nước chảy, nó chảy xuống phía dưới và không bao giờ, không bao giờ chảy ngược về nguồn.

Vậy thì **điều** gì có thể có ích lúc ta chết? Để nhận thấy được, ta phải bắt đầu bằng kiểm nghiệm xem ta có thể mang gì theo khi chết đi. Theo Phật giáo, khi ta lìa một cuộc đời để hướng đến một kiếp tái sinh khác, ta chỉ có thể vỏn vẹn mang theo những gì đã tiêm nhiễm trong tâm, hay chính xác hơn, trong **dòng** tâm thức. Cái gì đã lắng đọng xuống trong **dòng** tâm thức? Cũng theo Phật giáo, đó là những *"dấu ấn"*,

---

[1] Phật thuyết Phổ diệu kinh, cũng có tên là Phương đẳng Bản khởi kinh, được ngài Trúc Pháp Hộ dịch sang Hán văn vào đời Tây Tấn, đưa vào Đại Chánh tạng quyển 3, kinh số 186. (ND) Còn có tên là Thần Thông Du Hý Kinh (Tây Tạng: rGya cher rol pa'i mdo), quyển 2.

hay cũng gọi là những *"tiềm năng"*. Mỗi khi ta tác động lên một trong 3 bình diện *thân, khẩu, ý* là ta để lại trong tâm một dấu vết, một năng lượng hay một tiềm năng. Và ta chỉ có thể tác động theo hai phương cách: một là xấu, hai là tốt.[1] Kết quả là những tiềm năng mà chúng ta tích tập theo thời gian có thể hoặc tốt hoặc xấu, tùy theo những hành vi phát khởi ra chúng: nếu mang lại lợi ích thì là *thiện*, ngược lại nếu tệ hại thì là *ác*.

Nói thế **thì điều** gì có lợi cho ta khi ta chết? Chúng ta sẽ mang theo, dầu muốn dầu không, tất cả những tiềm năng mà chúng ta đã tàng trữ. Lẽ dĩ nhiên những tiềm năng xấu không thể giúp ích cho ta. Ngược lại, chúng còn gây hại cho ta. Vậy thì cái gì còn lại **để** ta có thể nhờ cậy vào? **Chỉ có** những tiềm năng tốt mà thôi. Nếu trong suốt cuộc đời vừa qua chúng ta đã thường xuyên và mạnh mẽ **thực hiện** những hành vi tốt, chính đáng và vị tha, thì các tiềm năng phát sinh sẽ đi theo chúng ta và rất có lợi cho chúng ta. Chỉ có những hành vi này mà thôi. Ngoài ra, không có gì khác!

Làm thế nào để giúp một hữu tình sắp chết?

Dĩ nhiên là có rất nhiều đáp án cho một câu hỏi như thế. Đối với Phật giáo, nếu chúng ta thành tâm muốn giúp đỡ một người lâm chung, tốt hơn hết là tạo điều kiện tốt nhất để họ có được một trạng thái tâm

---

[1] Phật giáo gọi những hành động của thân, khẩu, ý là tốt khi chúng đem lại lợi lạc và hạnh phúc cho chính mình và người khác, và gọi là xấu khi chúng làm hại, hay gây đau khổ cho tha nhân.

thức **hiền thiện**, và hết sức tìm cách tránh những gì có nguy cơ gây cho họ một tâm thức rối loạn hay bất thiện vào giờ phút **sắp chết**.

Tại sao Phật giáo khuyên nên vận dụng đủ mọi cách thích đáng để khơi dậy những tâm niệm **hiền thiện** nơi người lâm chung? Đừng quên là Phật giáo chấp nhận thuyết luân hồi, điều này hàm ý rằng, lúc lìa khỏi một kiếp sống, người ta lại hướng về một kiếp khác, rồi một kiếp khác nữa, mãi mãi không ngừng.[1] Điều gì định đoạt kiếp tái sinh tới của ta là tốt hay xấu? Ta có quyền chọn lựa hay không?[2] Khi đi từ kiếp này sang một kiếp khác, người ta có tiến bộ hay không?[3] Phật giáo cho rằng điều này tùy thuộc vào nghiệp lực - hoặc tốt hoặc xấu - mà ta đã tích tập từ trước đến nay. Trong viễn tượng này, phương cách ta hành xử với người lâm chung sẽ càng quan trọng hơn và cũng tế nhị hơn.

Để tóm lược quan điểm của Phật giáo trên vấn đề này, khi một hữu tình còn ở trong thế giới *Ta-bà*,

---

[1] Theo Phật giáo, mỗi hữu tình đã hiện hữu từ vô thủy và sẽ tiếp tục hiện hữu đến vô chung. Mục đích của việc tu đạo là giúp cho hữu tình giải thoát ra khỏi vòng luân hồi, tránh những khổ đau gây ra bởi nghiệp lực và tâm phiền não, mà chủ yếu là sự vô minh.

[2] Phàm phu không có một khả năng chọn lựa nào cả, mà bị dẫn dắt bởi các phiền não và các nghiệp nhân đã tạo dưới tác dụng của tham sân si.

[3] Chắc chắn chúng ta sẽ phải trôi lăn từ kiếp này sang kiếp khác nhưng không có gì bảo đảm cho ta không thoái chuyển. Thí dụ sau khi được thân người, ta có thể tái sinh thành thú vật v.v.. - cũng giống như lúc bình sinh, không phải chỉ vì lý do là tuổi càng ngày càng cao mà con người biết cải thiện.

nghĩa là khi họ còn tiếp tục luân hồi sinh tử trong phiền não và nghiệp lực, thì tâm họ sẽ vận tải một thể lượng khổng lồ của nhiều nghiệp nhân khác nhau. Nói cách khác, tất cả hữu tình trong cõi *Ta-bà* đều mang theo một khối nghiệp nhân không thể tưởng tượng, trong đó có rất nhiều nghiệp nhân tốt, có thể rất tốt, nhưng một số khác lại thua xa. Tại sao? Vì nói đến luân hồi, ta không thể chỉ kể đến kiếp sống hiện tại mà thôi. Đã có bao nhiêu kiếp trước đó mà ta đã không cư xử như trong kiếp này.

Hãy tưởng tượng trong kiếp này có một người sống rất tồi tệ, không làm gì ngoài những hành vi **gây** hại, đầy ác ý, do đó đã tạo một số lớn nghiệp nhân xấu. Trong những kiếp trước, chắc hẳn là họ đã không cư xử như vậy. Nếu tâm họ đã bị thâm nhiễm những nghiệp nhân xấu trong kiếp này, chắc chắn là họ hãy còn giữ nhiều nghiệp nhân tốt của những kiếp trước. Thật may mắn cho họ, nhưng trường hợp trái ngược cũng có thể xảy ra: một người đã tạo những nghiệp nhân rất tốt nhờ những hành vi thiện lành, nhưng kiếp trước họ đã làm những nghiệp nhân gì? Có thể họ cũng đã tạo những nghiệp nhân lành, nhưng không thể tránh được lầm lạc hay tội lỗi, nên tất nhiên họ cũng vận tải những nghiệp nhân xấu. **Vì thế** Phật giáo **cho** rằng tất cả những hữu tình sống trong thế giới *Ta-bà* này đều mang theo một số lớn nghiệp nhân đủ loại.

Nghiệp báo và tái sinh có liên quan gì với nhau? Sơ đồ căn bản rất giản dị: nghiệp nào thành thục ngay trước khi kiếp sống X chấm dứt sẽ định đoạt kiếp tái sinh Y ngay sau đó. Thế nhưng, nếu ta phân tích sâu xa hơn thì sẽ thấy có nhiều biến thể khác trong sơ đồ đó. Đừng nghĩ rằng kiếp tái sanh nào cũng do sự định đoạt của mỗi một nghiệp nhân duy nhất đã thành thục.[1] Kinh sách nói rằng, giữa những hành nghiệp mà chúng ta gây ra có một số mạnh đến nỗi chỉ cần mỗi một nghiệp nhân thôi cũng đủ lôi kéo ta tái sinh vào một cảnh giới liên tục trong nhiều kiếp. Thí dụ, một nghiệp nhân vừa rất mạnh vừa rất tốt có thể đưa ta đi tái sinh trong cõi người suốt một ngàn kiếp không gián đoạn. Đó là nói về trường hợp tốt. Tương tự, một nghiệp nhân xấu rất mạnh cũng có thể khởi động một chuỗi tái sinh bất lợi. Ngược lại, một vài loại nghiệp nhân tuy đã thành thục nhưng không đủ mạnh để tự mình dẫn đến một kiếp tái sanh. Trong trường hợp này, nhiều nghiệp nhân cùng loại sẽ ghép lại với nhau để dẫn đến cùng một quả báo: một kiếp tái sinh tốt hay xấu tùy theo sắc thái chung của chúng. Tuy nói thế nhưng thông thường, nhất là ngay trước khi chết, trong tâm của đương sự, giữa tất cả các nghiệp nhân, sẽ trỗi lên một nghiệp nhân đã đến lúc thành thục. Nếu nghiệp nhân này tốt, đương sự sẽ được đẩy tới một kiếp tái sinh rất lợi lạc, và nếu nó xấu thì họ sẽ đọa xuống cảnh giới bất hạnh.

Chúng ta ai cũng mang theo mình vô số nghiệp

---

[1] Tùy theo lực của chúng, các nghiệp nhân có thể chiêu cảm đến 3 tác dụng: những quả báo gọi là "thành thục" (tái sinh tốt hay không, cảm giác dễ hay khó chịu v.v...); chánh báo; y báo.

nhân đủ loại, vậy những nghiệp nhân nào sẽ có khả năng xuất hiện vào lúc ta trút hơi thở cuối cùng và từ đó định đoạt kiếp sống mới của ta? Theo một đại học giả Ấn Độ là ngài Thế Thân[1] thì trước hết, những nghiệp nhân thành thục đúng vào lúc đó là những nghiệp nhân "gần gũi" với ta nhất, tức là những nghiệp nhân mà chúng ta quen tạo nhất.

Vì thế, nếu muốn có một tái sinh tốt thì ta không được quên rằng để được như thế, vào giây phút cuối của ta, nghiệp nhân trỗi lên trên hết phải là một nghiệp nhân phước đức. Và muốn thế, ta phải dùng tất cả các phương tiện thích hợp nhất để "tưới tẩm" (như người Tây Tạng thường nói) hay là tăng cường trong tâm người lâm chung (dẫu người đó là chính mình hay người khác) một nghiệp nhân thiện. Mục đích là đưa một nghiệp lành nào đó đến mức độ thành thục, để nó có thể định đoạt kiếp tái sinh sau, thích hợp với người lâm chung, và do đó tốt đẹp cho họ.

Trước khi nghĩ đến việc áp dụng điều này cho chính mình, hãy tự hỏi làm sao và bao giờ mới là lúc phải áp dụng cho người lâm chung. Vấn đề là làm sao giúp người này đúng vào lúc nào thì phải có tâm thức nào, nghĩa là tâm thức có lợi cho họ. Nói thế cũng có nghĩa là trạng thái tâm thức đang được

---

[1] Ngài Thế Thân (Vasubandhu), một triết gia Ấn Độ lỗi lạc của thế kỷ thứ 5, là em của một trong hai người "khai sáng" triết học Phật giáo, tức là ngài Vô Trước (Asanga); Ngài là tác giả của nhiều bộ luận quan trọng nhất, trong đó có Câu xá luận.

đề cập phải đi theo một chiều hướng, trong trường hợp này phải là chiều hướng tốt. Nó không được ở trong một trạng thái vô ký. Và điều kiện là tâm họ còn phải hoạt động ở dạng "thô", hay nói cách khác, dạng bình thường.

Quý vị hẳn cũng nhớ là khi tâm thức lấy lại dạng vi tế, **chưa** nói tới dạng cực vi tế, thì nó sẽ tự động trở **thành** vô ký. Lúc ấy tâm thức không thể theo chiều hướng tốt hay xấu nữa, nên chỉ có thể ở trạng thái trung dung. Lúc ấy thì đã quá muộn. **Vì thế,** để người hấp hối có được những ý nghĩ thiện lành thì tâm thức người này phải **còn** hoạt động trong trạng thái bình thường, trước khi các thành phần thô **nặng** của họ bắt đầu tan rã.

Khi tâm trí người hấp hối còn hoạt động trong trạng thái thô, nếu ta dàn xếp thế nào để họ khởi được một trạng thái tâm thức **hiền** thiện, hay giản dị hơn, nếu ta khơi dậy trong tâm họ những tư tưởng tốt **lành** thì điều này có tác dụng tăng cường các tiềm năng tốt trong các nghiệp nhân của họ. Trong một thời gian ngắn sau đó, ngay sau khi các thành phần thô **nặng** đã tan rã rồi thì trong tâm họ chỉ còn lại các hoạt động ở bình diện vi tế và cực vi tế. Nhưng dẫu cho tâm thức họ đã trở **thành** vô ký, họ vẫn còn ở dưới ảnh hưởng của trạng thái tâm thức thô **nặng** cuối cùng, nên chính trạng thái này sẽ "***định đoạt***" chiều hướng của thời kỳ sau khi chết, lúc người này vào trạng thái *trung ấm* rồi **đến** lúc họ thực **sự** đi tái sinh.

Nói tóm lại, khi tiến trình của sự chết diễn ra

thì các thành phần thô **nặng** của một hữu tình sẽ dần dà suy suyển cho đến lúc không còn hoạt động được nữa. Tâm thức nói riêng cuối cùng cũng không còn có thể hoạt động dưới dạng bình thường, mà ta gọi là dạng "thô". Từ lúc đó trở đi, trong một khoảng thời gian, tâm thức của người này chỉ còn trụ trong những bình diện vi tế hơn, mà tính chất là vô ký. Do đó, cái mà ta phải cố gắng làm là can thiệp lúc còn thời giờ, lúc tâm thức người hấp hối vẫn còn hoạt động dưới dạng bình thường, **làm** thế nào cho những tư tưởng cuối cùng dưới dạng thô của họ phải được sắc thái **hiền** thiện. Ngay sau đó, vì các thành phần tan rã **nên** họ chỉ còn có thể có trạng thái tâm thức vi tế trong suốt một loạt chu kỳ. Nhưng không sao, nếu trạng thái tâm thức cuối cùng **là hiền** thiện thì điều **này** rất có lợi cho họ.

Khoảng thời gian này thật sự vô cùng trọng yếu và tế nhị, vì đôi khi có những sự chuyển hướng rất lạ lùng. Hãy lấy thí dụ của một người, trong suốt kiếp người đã sống một cách xấu xa nên phần **nhiều** các nghiệp đã tạo **đều** là nghiệp xấu. Nhưng [**kết quả cuối cùng**] vẫn chưa ngã ngũ. Chỉ cần vào giây phút cuối, nhờ một số tình huống tốt nào đó hồ hợp nên họ trụ được vào trong một trạng thái tâm thức **hiền** thiện. Đây không phải là một sự ngẫu nhiên, mà **có thể nhờ vào** những nghiệp tốt nào đó họ đã tích tụ được trong các kiếp trước đã hiện hành.

Nói gì thì nói, trước mắt **mọi người thì hiện nay** đây là một tên cực kỳ gian ác, nhưng ở giây phút cuối cùng họ lại ở trong một trạng thái tâm thức **hiền** thiện, nhờ công đức lành kiếp trước và những điều kiện thuận lợi nhất thời. **Như thế,** thay vì đọa xuống cảnh giới xấu khi chấm dứt kiếp này, họ lại rất có thể tái sinh vào một cảnh giới tốt **đẹp**.

Trường hợp ngược lại cũng **từng xảy ra**. Có người suốt cả một đời đã **nỗ lực hết sức** để sống một cuộc sống **hiền thiện**, tạo rất nhiều nghiệp tốt. Thế nhưng ngay trước khi chết, vì lý do này hay lý do khác lại phát sinh những tâm như bực bội, chấp thủ hay ganh tỵ v.v... **Không may** là những tâm này lại làm cho một hay nhiều nghiệp xấu trong tâm họ thành thục, và kết quả là thay vì được tái sinh trong cảnh giới tốt **đẹp** họ lại bị đẩy xuống cảnh giới xấu.

Có người có thể kinh ngạc hay bất bình, do đó bèn nghi ngờ luật nhân quả và kêu lên rằng: "Thế thì luật nhân quả đâu phải lúc nào cũng đúng! Phải chăng nó cũng có chỗ sơ hở!"

Không, không phải thế. Luật nhân quả rất triệt để, không hề có chỗ sai lầm hay ngoại lệ. Các trường hợp đề cập trên chỉ minh họa cái tác dụng xê xích, dời lại trong thời gian. Tất cả các nghiệp tích tập - dĩ nhiên trừ khi đã được tịnh hóa trước đó - đều đưa đến một quả báo, nhưng không nhất thiết là phải ngay lập tức.

Thật sự ra, trong trường hợp người xấu đã tích tập một số lượng ác nghiệp khổng lồ trong kiếp này nhưng cuối cùng trụ được trong một trạng thái tâm thức tốt ngay trước khi tắt thở, thì quả báo họ đạt được không đến từ các nghiệp lực gần đây - tức là ác nghiệp, mà từ những nghiệp lực xa xưa hơn, những công đức mà họ tích tập được trong những kiếp trước. Có phải vì thế mà họ vĩnh viễn tránh được những quả báo xấu của các nghiệp đã tạo trong kiếp này? Không, không bao giờ. Các quả **xấu** này chỉ bị hõn lại. Trừ khi nào từ **nay** đến **lúc nhận lãnh quả báo** họ **biết** vận dụng những phương tiện thích hợp để hóa giải chúng, bằng **không thì** bất cứ giá nào họ cũng phải lãnh thọ những quả báo ấy. Trong một kiếp tương lai, dẫu cho có một hay nhiều kiếp tái sanh tốt xen vào trước đó, họ **vẫn** sẽ phải chịu những quả báo khổ đau của những nghiệp ác mà họ đã tạo trong kiếp này. Đó là một định luật không thể lay chuyển.

Hãy lấy giả thuyết có một người sống rất tệ hại trong kiếp này, nhưng kiếp sau lại sinh ra làm người, vì trước khi chết họ đã có những tư tưởng hướng thiện. Trong kiếp người mới này, có thể họ ý thức được và đã sám hối tội lỗi bằng cách dùng đến bốn lực[1] để tịnh hóa những ác nghiệp mà họ đã tích tập từ trước. Nếu người này hành trì miên mật pháp môn nói trên cho đến khi giải thoát ra khỏi thế giới *Ta-bà* thì đồng thời họ **cũng** sẽ vĩnh viễn tránh được những quả báo của các ác nghiệp xưa **kia** mà đáng lẽ họ phải chịu.

Điều này phải chăng có nghĩa là luật nhân quả có chỗ sơ hở và không luôn luôn hiệu nghiệm? Sự

---

[1] Tức là lực sám hối, lực quy y, lực quyết tâm và lực giải trừ.

thật không phải thế. Luật nhân quả rất máy móc nên không bao giờ sai lệch. Trong trường hợp kể trên, luật nhân quả cũng đã được áp dụng: Đó là vì người ấy đã ra tay hành động, và đã dùng những kỹ thuật tịnh hóa nên mới đình chỉ được sự thành thục của các ác nghiệp lúc trước. Những nghiệp xấu kia không hề tự biến mất một cách không ai biết tại sao và cách nào. Ngược lại, những cơ cấu đưa đến sự hóa giải của chúng có thể được phân tích một cách dễ dàng.

PHẦN II.
PHÙ TRỢ NGƯỜI LÂM CHUNG

Trong tất cả mọi tình huống, nếu ta chân thành muốn giúp đỡ một người lâm chung, thì điều tốt nhất ta có thể làm, trong lăng kính của sự tái sinh, là làm tất cả để sao cho người này an trụ trong một trạng thái tâm thức hiền thiện vào giây phút cuối cùng, khi tâm trí người này còn hoạt động ở dạng thô, vì tâm thức cuối cùng của họ sẽ định đoạt kiếp tái sinh sắp tới, tốt hay xấu.

Chú trọng tới hoàn cảnh của người lâm chung

Một khi hiểu được nguyên tắc khái quát rồi, khi thực tế đối diện vấn đề, lúc phải ra tay thì phải biết tùy cơ ứng biến. Ta có thể chia làm hai loại người ở giờ phút lâm chung, tùy theo việc họ có được chuẩn bị hay không trước cái chết.

Đối với người đã có một đời sống tâm linh, có tín ngưỡng và đã từng hành trì, đã suy nghiệm về cái chết, lại chia ra làm hai loại nữa, tùy theo sự chuẩn bị của họ có kết quả hay không.

1. Sự chuẩn bị đã hoàn thiện, hơn nữa, người lâm chung vẫn còn sáng suốt.

Nhờ có tu trì, người này đối diện với cái chết một cách bình tĩnh, và đủ sức tiếp tục suy nghiệm, quán chiếu, hay ít nhất **cũng** tự khơi **dậy** một trạng thái tâm thức **tốt** lành. Người này tự **đủ sức** và đã sẵn sàng. Vì họ có khả năng *"xoay sở"* một mình, không cần sự giúp đỡ nào từ bên ngoài, **nên** trên thực tế **thì** tốt hơn hết là nên để yên cho họ, tránh làm phiền họ không đúng lúc, mà nên thu xếp cho họ có được sự yên tịnh cần thiết để họ tiếp tục con đường đạo.

2. *Người lâm chung không hề được chuẩn bị trước, hoặc có chuẩn bị nhưng không đủ.*

Chúng ta có thể gặp nhiều tình huống như sau:

- Người lâm chung đã nghĩ đến cái chết, và vì có hành trì **nên** họ đã làm hết sức mình để tự chuẩn bị, nhưng sự chuẩn bị không được đầy đủ.

- Người lâm chung đã được chuẩn bị khá đầy đủ, nhưng **vì sự** đương đầu với cái chết không phải là một chuyện dễ dàng **nên** họ cảm thấy sợ hãi. Trong cơn khủng hoảng, họ quên mất những pháp môn vẫn thường hành trì và có nguy **cơ** không **an** trụ được trong trạng thái tâm thức thích hợp.

- Trong suốt cuộc đời, người lâm chung không hề nghĩ đến cái chết (vì bất cứ lý do nào). Họ rất có thể không biết rằng khởi lên tâm niệm lành vào lúc này là có lợi cho họ. Hơn nữa, họ có muốn cũng chưa chắc làm được.

Một người ở trong những trạng huống kể trên sẽ cần đến một sự giúp đỡ từ bên ngoài. Nếu người đến phù trợ và đưa tiễn họ có khả năng khuyên giải và chỉ dẫn cho họ khởi được những tư tưởng lành thì rất có lợi.

3. Người lâm chung vướng phải một căn bệnh hay bị đau đớn làm cho mất sáng suốt. Người này cũng cần được giúp đỡ một cách thích đáng.

Tôi xin nhắc lại là Phật giáo cho rằng hữu tình nào cũng nên **an** trụ trong một trạng thái tâm thức **hiền** thiện vào những giây phút cuối cùng trước khi lìa đời, bất luận tín ngưỡng, và dẫu cho họ có tin hay không **tin** vào thuyết luân hồi.

Dĩ nhiên, những ai tin rằng người ta sống vỏn vẹn chỉ có một đời này thôi thì sẽ thấy chết là hết. Tuy nhiên, họ có thể công nhận rằng, **đối với** họ cũng như **những** người thân, nếu họ **được** ra đi một cách an bình trong một trạng thái tâm thức an lạc thì vẫn tốt hơn. **Điều đó** chắc chắn sẽ là một niềm an ủi cho những người ở lại. Đối với bản thân, chết như thế thoải mái hơn nhiều. Ngoài ra, họ sẽ ra đi một cách rất tốt đẹp, phù hợp với điều mong muốn - chính đáng - của họ, tức là cái hạnh phúc mà họ đã gìn giữ suốt cả một đời. Nếu họ làm hỏng hết vào giờ cuối bằng một cái chết khổ sở và rối loạn thì thật là đáng tiếc. Huống chi người tin vào thuyết luân hồi, họ sẽ thấy không những nên có, mà còn cần thiết phải có những tư tưởng thích hợp khi đến giờ đã định, một phần là để một lần nữa có một kiếp tái sinh tốt, mà nếu họ là người tu hành, để có thể tiếp tục hành trì và sớm đạt thành quả.

CHUẨN BỊ CHO VIỆC PHÙ TRỢ NGƯỜI LÂM CHUNG

Ở Âu châu mấy năm gần đây, người ta trở lại quan tâm đến giai đoạn cuối của cuộc đời, và vấn đề hết sức hệ trọng, hết sức tế nhị là giúp đỡ người lâm chung lại chiêu cảm một số người ngày càng đông hơn. Chúng ta có thể lấy đó làm mừng. Nhưng làm thế nào để giúp đỡ [người lâm chung] một cách thiết thực? Phải suy nghĩ cho chu đáo.

Làm với từ bi và tình thương

Theo Phật giáo, với tư cách người đến phù trợ và tiễn đưa thì điều kiện đầu tiên và cơ bản là tự khởi lên một trạng thái tâm thức thấm nhuần từ bi và tình thương đối với mọi loài nói chung, mà đặc biệt là đối với người đang hấp hối, người mà ta đến để phù trợ. Thật sự nếu ta chú ý bắt đầu bằng việc phát khởi những tư tưởng nhân hậu, nếu ta có một ý chí mãnh liệt muốn giúp đỡ người sắp chết một cách hữu hiệu, tóm lại, nếu lòng ta tràn ngập từ bi và tình thương thì chắc chắn người lâm chung sẽ cảm nhận được và nhờ thế mà ta sẽ có một tác động mạnh hơn **đối với** họ.

Điều gì sẽ xảy ra sau đó? Trong giả thuyết mà ta là người phù trợ, với một tấm lòng vô cùng chân thành và với ý muốn duy nhất là đem lại lợi lạc cho người lâm chung, thì điều đó sẽ thấm đượm vào trong mỗi cử chỉ, mỗi lời nói của ta đối với họ. Chắc chắn họ sẽ cảm nhận được, nhờ thế chúng ta sẽ có một tầm ảnh hưởng rất sâu đậm **đối với** họ. Vì thế, dầu cho chúng ta cảm thấy thời gian cấp bách, không thể trì hoãn phút nào, nhưng **việc dành** thời **gian** để tự khơi dậy một trạng thái tâm thức tốt **lành** không phải là **phung phí, mà** ngược lại là khác.

Như tôi vừa nói, **trong** vài thập niên trở lại đây số người muốn phù trợ, đưa tiễn người lâm chung và dấn thân để làm việc đó ngày càng **nhiều hơn**. Dĩ nhiên, đây là một chuyển hóa tốt đẹp, và tôi **lặp** lại, chúng ta phải lấy đó làm **điều vui** mừng. Tuy nhiên, tôi thấy có hai nguy cơ có thể xảy ra. Tôi xác định đây là quan điểm chủ quan của riêng tôi, tôi không **dám** chắc là mình **hoàn toàn đúng**, nhưng cũng như bất kỳ ai, tôi có quyền bày tỏ ý kiến của mình.

Hai nguy **cơ** mà tôi nhận thấy trong khuynh hướng hiện tại khi có rất nhiều người muốn tham gia **việc này là gì?**

Sự phù trợ và đưa tiễn người lâm chung nếu trở thành một hoạt động gần như thông thường **thì** sau một **thời gian** người ta sẽ trở nên quá quen thuộc đến nỗi sẽ trở thành một thói quen như đi làm ở công sở, một hoạt động như mọi hoạt động **tầm thường** khác.

Trong trường hợp đó, bên tử sàng, thay vì cảm thấy **mối** quan hoài và tha thiết muốn giúp đỡ một người lâm chung và chỉ đặc biệt **riêng** người này thôi, chúng ta có nguy **cơ rơi vào chỗ** không **dụng** công nỗ lực nữa và thấy **việc** đến với người này như một công việc tầm thường, vô thưởng vô phạt. **Tương tự**, người mà ta muốn giúp đỡ cũng sẽ cảm nhận thấy **như vậy**. Đó là mối nguy thứ nhất: làm cho sự việc trở nên tầm thường!

Vấn đề thứ hai là ở Âu châu ai cũng hối hả, vội vàng. Không ai có **nhiều** thì giờ, ai cũng dán mắt vào đồng hồ. Nếu **việc phù trợ người lâm chung** trở thành một công việc thông thường, dẫu là trong môi trường hội đoàn hay nghề nghiệp, thì mối nguy lớn là khi cần phải can thiệp ta sẽ bị thời gian bức bách, vì ta có một việc gì **khác** phải làm **ngay** sau đó. Thí dụ, chúng ta ấn định là sẽ đến **với** người lâm chung từ 2 giờ tới 4 giờ chiều, không trễ hơn được. Như vậy, nếu ở bên tử sàng mà ta chỉ luôn nghĩ rằng "dù gì đi **nữa thì đến 4 giờ** tôi cũng phải dông" thì việc phù trợ sẽ trở thành một vấn đề thứ yếu.

Dĩ nhiên tôi **cũng** không chắc chắn lắm. Cũng có thể là tôi chỉ lo sợ hão, nhưng tôi vẫn thấy có hai mối nguy như thế trong khuynh hướng hiện tại.

Tại sao ta lại có ít thì giờ đến thế? Tại sao lúc nào ta cũng phải chạy **đua**? Một lần nữa, đây là sự phân tích của riêng tôi. Tôi nghĩ rằng, đó là vì chúng ta có khuynh hướng muốn làm quá nhiều việc! Ngay khi vừa nghe nói đến một việc gì, chúng ta liền muốn thử nghiệm ngay, hoặc chúng ta cho rằng mình bắt buộc phải làm việc này. Chẳng hạn, khi nghe người khác nói có một việc gì đó cần phải làm, ta liền xung phong ngay hay ít nhất cũng tình nguyện ghi danh, vì ta muốn thử làm việc ấy. Hiềm một nỗi, cứ thêm mãi việc này vào việc khác, dần dần ta không còn một phút nào cho riêng mình nữa. Từ đó mà chúng ta có cảm giác bận túi bụi, phải nói là bận rộn từ đầu này tới đầu kia của cả đời mình. Dĩ nhiên, để sống được thì chúng ta phải bảo đảm những nhu yếu của mình, và phần đông chúng ta đều có một nghề nghiệp và tiêu tốn phần lớn thì giờ của mình vào đó. Ngoài công việc, có thể chúng ta còn một số trách nhiệm phải gánh vác, như chuyện gia đình chẳng hạn. Đúng vậy, nếu chúng ta có con, ít nhất chúng ta cũng phải lo cho con cái v.v...

Như vậy, có một số công việc mà chúng ta không thể trốn tránh được, mà ngược lại còn phải hoàn tất một cách chu đáo. Ngoài những việc ấy ra, khi bị lôi cuốn bởi một phạm vi hoạt động mới, liệu chúng ta có thật sự bắt buộc phải nhảy vào ngay lập tức? Khi ta cứ muốn làm thử mỗi việc một chút và xung phong vào nhiều hoạt động khác nhau, danh sách việc làm cứ dài ra, nhưng thời gian thì không. [Kết quả là] ta có nhiều việc làm hơn nhưng lại không có nhiều thì giờ hơn trước. Chúng ta không thể nào không rối loạn cả lên nếu cứ tiếp tục như thế! Mà điều này có thật sự cần thiết không? Tại sao ta không tự giới hạn những việc phải làm, và làm cho đàng hoàng? Có thể đây là một câu hỏi mà chúng ta nên tự vấn.

Chúng ta có thể lấy câu nói đầy trí tuệ của một vị đại học giả Ấn Độ **vào** thế kỷ thứ 11, ngài A-đề-sa (***Atisha Dipamkara*** - 982-1054) làm châm ngôn:

*"Cái để biết và **có thể** biết thì nhiều vô lượng; **nhưng** đời người thì ngắn và chúng ta không biết sẽ chết vào **lúc** nào. Thế thì, thay vì tự tản mạn, tại sao không bắt chước con thiên nga mà chắt lấy chất sữa đã bị hòa tan trong nước, đi thẳng vào điểm chính và rút tỉa cái tinh hoa của đời người bằng cách làm tròn những mục tiêu cao thượng của mình?"*

Dĩ nhiên, tôi **cũng** chỉ đề nghị thế thôi.

Để trở lại với chủ đề chính của chúng ta, **điều** lý tưởng nhất là **cho** dù gấp gáp, người phù trợ **cũng phải dành** thời gian để tự khơi **dậy** một ý muốn mãnh liệt là đem **hết khả năng mình** để giúp đỡ người đang **sắp** trút hơi thở cuối cùng.

Tôi phải nhấn mạnh vào điểm này vì ở Âu châu, vấn đề giúp đỡ người lâm chung đã được nghiên cứu sâu rộng đến nỗi nhiều tổ chức xuất sắc đã được thành lập. Những phương tiện kỹ thuật đã được cải thiện một cách đáng kể và những người làm việc xung quanh người lâm chung - người của các ban y tế điều trị tạm thời[1] hay các hội đoàn - đã soạn

---

[1] Điều trị tạm thời (soins palliatifs) là điều trị không nhằm khỏi bệnh, mà nhằm thuyên giảm sự đau đớn của người bệnh, về thể

ra những nghi thức ngày càng tinh vi hơn. Nếu tự động thêm vào đó, chúng ta có cái mà Phật giáo gọi là "động cơ *hiền thiện*" - một tình cảm vô cùng nhân hậu đối với người lâm chung - thì chúng ta đã tự đặt mình vào một điều kiện tuyệt hảo. Đúng thế, Phật giáo phân tích rằng giữa tâm nguyện và việc làm thực tiễn **thì** chính tâm nguyện mới có tác dụng mạnh hơn. Và nếu chúng ta dung hợp cả hai, lòng nhân **ái** và kỹ thuật **cao** - thì chúng ta sẽ gặt hái những kết quả tốt **đẹp** hơn nhiều.

Tôi còn có một gợi ý nữa. Quý vị cũng biết rằng hiện nay có rất nhiều hội đoàn đề nghị đào tạo những người phù trợ lâm chung - và điều này rất tốt. Có thể nào chúng ta ghép vào các chương trình đào tạo một lớp huấn luyện **phát triển** tình thương và từ bi đối với người lâm chung? Tôi nghĩ điều này có thể thực hiện trong tất cả các hội đoàn, tôn giáo hay phi tôn giáo, và bởi tất cả mọi người. Tại sao? Vì tình thương và từ bi chỉ là những giá trị nhân đạo chứ không cần phải mang một sắc thái tôn giáo nào. Ai cũng có thể làm được. Hãy tưởng tượng rằng, trong một lớp huấn luyện, các tập sự viên sẽ được đề nghị thiền quán về tình thương và từ bi.[1] Chỉ cần dạy cho

---

xác cũng như tinh thần. (Đạo Phật trước vấn đề trợ tử -Trịnh Nguyên Phước. Nguồn: http://cusi.free.fr/)

[1] Trong Phật giáo, thiền quán có nghĩa là "tập cho tâm thức quen với...", thiền là tư duy về một đề tài nào nhất định, hoặc quán về một sự vật mà ta khơi dậy trong tâm. Thí dụ, chúng ta bắt đầu bằng suy tư đến những thống khổ của một hữu tình cho đến lúc cảm thấy khởi lên một tâm từ bi đối với họ, sau đó ta sẽ tập trung trên trạng thái tâm thức này.

họ những kỹ thuật thiền quán liên quan đến đề tài ấy, điều này không có gì là rắc rối lắm. Thật sự, đối tượng phải nghĩ đến là những hữu tình sắp lìa trần, tức là đang ở trong một hoàn cảnh nguy khốn. Một đối tượng như thế sẽ khơi dậy lòng từ bi một cách tự nhiên, và đồng thời khơi dậy tình thương trong lòng bất kỳ ai, huống chi là những người hiển nhiên đã có đầy thiện chí. Cứ cho là sau khi được đào tạo và khích lệ như thế, các tập sự viên sẽ thực hành một chút thiền quán ở nhà về hai đề tài trên. Sau đó, khi trên đường đến bệnh viện hay nhà dưỡng lão, hay nhà riêng của một người lâm chung đang cần giúp đỡ, sự rèn luyện của họ sẽ giúp họ tự đặt mình vào trạng thái tâm thức thích đáng mà không cần phải cố gắng nhiều. Từ nay, chỉ cần nhắc đến một người lâm chung cần được trợ giúp là đủ kích thích những người phù trợ đã được rèn luyện như thế, để họ khởi lòng từ bi và tình thương. Họ sẽ đến bên cạnh người lâm chung với tâm thức từ mẫn, và trong trạng thái tâm thức đó, họ sẽ áp dụng những kỹ thuật đã học trong lớp huấn luyện: những cử chỉ phải làm, những lời phải nói v.v...

Tập trung tinh thần

Ngoài ra, người phù trợ cần nên cải thiện khả năng tập trung của mình, đồng nghĩa với sự quân bình tinh thần, ngõ hầu dành tất cả tâm trí cho đương sự - người lâm chung. Có những kỹ thuật để tập trung mà ai cũng có thể học được, đặc biệt là tập trung vào hơi thở, vào sự hô hấp. Trong quý vị đây, nếu ai đã từng tập *yoga* dù chỉ chút ít, **hẳn** cũng đã học qua những kỹ thuật này rồi. Đây cũng là những phương pháp *trung dung*, không **phải riêng của bất cứ một nhóm nào** và ai cũng có thể học không chút khó khăn. Bất cứ ai có thiện chí đều có thể tìm học.

Điều **này** sẽ rất quý cho họ, vì khi muốn giúp đỡ một người, nhất là một người lâm chung, thì chính mình *nên*, hay *phải* sẵn sàng. Mà *sẵn sàng* có nghĩa là phải đủ bình tĩnh và thư giãn. Thế nhưng chúng ta ai cũng có thể gặp chuyện trục trặc trong đời tư và căng thẳng tinh thần, lo lắng bất an. Lúc phải giúp đỡ một người đang gặp khó khăn, đặc biệt là người lâm chung, nếu ta bắt đầu áp dụng những kỹ thuật tập trung, thí dụ chú ý đến hơi thở, ta có thể lấy lại **sự an** tĩnh **đủ** để thư giãn **và** hoàn toàn chú tâm đến người ta muốn giúp **đỡ**.

Thâu thập dữ kiện liên quan đến người lâm chung

Dĩ nhiên, điều này không phải lúc nào cũng làm được. Nhưng trong khả năng có thể, **việc thâu thập một số dữ kiện liên quan đến** người mình trợ giúp **sẽ** rất có ích. Khi đương sự là một người thân, người trong gia đình hay bạn bè thì **lẽ** ra ta **đã** biết khá rõ về họ. Chúng ta đã có một vài khái niệm về sở thích, quan điểm của họ, về những cam kết hay tiểu sử của họ. Nhưng **để sự giúp đỡ của ta được thích hợp**, trong trường hợp ta không quen **biết nhiều với người lâm chung**, lý tưởng nhất là **phải** làm sao biết được tối thiểu một vài dữ kiện về người ấy, như tính tình, những gì họ ưa thích, những điều họ đã thực hiện hay không thực hiện trong đời họ...

Việc biết được những điều tốt đẹp mà người lâm chung đã thực hiện là những dữ kiện rất quý báu. Chắc chắn là bất kỳ ai cũng đều đã từng làm được một điều tốt vào một lúc nào đó trong đời. Có thể là trong những lãnh vực rất khác nhau. Tầm ảnh hưởng của nghĩa cử đó có thể lớn hoặc nhỏ. Điều đó không quan trọng. Chúng ta có thể lấy một vài thí dụ như: người này có thể đã làm hết sức mình để nuôi dạy con cái rất đàng hoàng, hay đã lo lắng đầy đủ cho gia đình..., người khác thì có thể đã tham gia các công tác xã hội và gây tác động mạnh đối với nhiều tầng lớp dân chúng; người khác nữa thì đã can thiệp trên bình diện quốc gia, có thể là quốc tế... Các lãnh vực để làm việc thiện có rất nhiều, như xây trường học, nhà thương ở những nơi thiếu thốn v.v... Dầu ở bình diện quốc tế hay khu vực, trong môi trường nghề nghiệp hay gia đình, với một tầm vóc xã hội hay chật hẹp hơn thế, ai ai cũng chắc chắn đã từng có cơ hội thực hiện những điều tốt lành, có khi xuất sắc. Người phù trợ phải tìm cách dò hỏi để biết.

Tại sao điều này lại quan trọng đến thế? Đừng quên mục đích của người phù trợ là giúp đỡ người lâm chung ra đi trong những điều kiện lợi lạc, tốt nhất là trong một trạng thái tâm thức thư giãn và hạnh phúc.

Trong trường hợp người lâm chung có một đời

sống tôn giáo hay tâm linh, thì điều này đã rất đầy đủ để khơi lên cho họ những ý nghiệp thiện. Không cần phải đề cập đến những lãnh vực khác.

Tuy nhiên trong **phần lớn** các trường hợp, **việc giúp** cho người lâm chung đạt được một trạng thái tâm thức **hiền** thiện không phải là điều dễ dàng. Người phù trợ có thể nhắc lại cho họ nghe tất cả những điều thiện mà họ đã thực hiện trong đời, rồi nhân cơ hội ấy mà nói thêm rằng *"Bạn có thể ra đi trong an bình, bạn đã làm xong bổn phận và không có gì để ân hận."*

Nếu đi vào chi tiết, trường hợp nào cũng có thể xảy ra. Người lâm chung có thể đã cư xử rất tốt với con cái, cha mẹ, quê hương hay đối với những người trong hoàn cảnh khó khăn v.v... Họ có thể đã làm rất nhiều hay rất ít. Đây không phải là vấn đề. Điều cốt yếu là nhắc cho họ nhớ việc gì tốt **lành** mà họ đã làm. Dầu rằng trong mắt ta việc ấy chẳng đáng kể chút nào, cũng không sao. Nhớ được điều ấy, họ sẽ có thể cảm thấy **khá** hơn, tự tin hơn, bớt căng thẳng, và sẽ ra đi trong điều kiện tốt đẹp hơn.

Chúng ta can thiệp trên bình diện nào khi nhắc cho người lâm chung những thành đạt và việc thiện của họ? Trong sự tu tập căn bản, Phật giáo khuyên ta phải vui **theo** với tất cả những nghiệp thiện của **người khác** và của cả chính mình: đó là hạnh tùy hỷ công đức. Hiện thời, vấn đề của chúng ta là làm sao cho người lâm chung nhớ lại những việc đáng khen mà họ đã thực hiện và khiến cho họ sinh lòng vui mừng. Được như thế **sẽ** rất có ích cho họ **về** nhiều mặt: ngoài một sự an ủi tức thời, hạnh tùy hỷ còn tăng cường các nghiệp lành, và khuyến khích mình tiếp tục. Đại sư Tây Tạng *Djé Tông Cáp Ba*,[1] sống ở cuối thế kỷ thứ 14 và đầu thế kỷ thứ 15 đã nhấn mạnh rằng, nếu có một hành trì tu tập nào không cần cố gắng mà phát sinh công đức vô lượng, thì đó là hạnh tùy hỷ với tất cả những điều tốt đẹp đã được thực hiện bởi người **khác** và chính mình, cũng như với tất cả những điều may mắn hay hạnh phúc đã xảy ra cho người khác và cho chính mình, như đức Phật đã chỉ dạy. Đúng thế, **đức** Phật đã từng nói, miễn là mình đừng khởi tâm kiêu mạn, **việc** nhớ **lại** những nghiệp thiện mình đã làm có công năng tăng trưởng công đức đã tích tập. Còn hạnh tùy hỷ công đức của người khác, chẳng những giúp cho ta trừ bỏ tâm đố kỵ, mà còn giúp cho ta tạo nhiều nghiệp tốt.

Trạng thái tâm thức thích đáng

Chúng ta đã nhắc đi nhắc lại, không có gì **tốt cho người chết** bằng **việc** chết đi trong một trạng thái tâm thức **hiền** thiện, điều này áp dụng cho tất cả mọi người, ngay cả cho chính ta.

Nói chung thì bất cứ ý nghiệp thiện nào cũng đều được cả. Dĩ nhiên có những trạng thái tâm thức

---

[1] Jé Tsongkhapa Losang Dakpa (1357-1419) Tổ sư của tông phái Géloupa, phái "giới đức". Ngài là tác giả của nhiều tác phẩm nổi tiếng là sáng sủa và chính xác. Năm 1409, ngài đã xây dựng tu viện Ganden, khoảng 30 cây số phía đông bắc thành phố Lhasa.

có nhiều uy lực hơn, nhờ nội dung cũng như tầm ảnh hưởng của chúng. Vấn đề là **phải** có khả năng khơi dậy đúng lúc. Không **phải** ai cũng đã sẵn sàng. Điều này tùy thuộc vào các thói quen chúng ta đã có hay không có trong suốt cả cuộc đời. Thí dụ, **việc cảm thấy yêu thương mọi người chắc chắn là một trạng thái tâm thức tốt**. Người nào đã nuôi dưỡng tình thương suốt đời họ có thể hy vọng tìm thấy tình cảm ấy trên ngưỡng cửa tử. Nhưng người chưa từng hay rất hiếm khi thương yêu ai thì chắc chắn không phải vào lúc nguy kịch nhất, hoặc tế nhị nhất của cả một đời mà có thể thành công lần đầu tiên [**trong việc khởi tâm yêu thương**].

Một lần nữa, đó là lý do tại sao **việc** hiểu biết đôi chút về người lâm chung là điều tối quan trọng, để ước lượng điều gì thích hợp với họ: thay vì khích lệ lòng tin nơi một người vô thần - với nguy cơ làm họ bực dọc hay tệ hơn thế nữa - thì **hợp** lý hơn là nương theo những ý thích đặc biệt của họ, tùy theo các ưu điểm mà họ có như tính rộng rãi, nhẫn nhục, trí thông minh v.v...

Trong hai quyển kinh mà tôi đã giới thiệu **từ** đầu, đức Phật đề cập **đến** nhiều phương thức, **quyển thứ nhất có 11 phương thức** và **quyển** thứ hai có 5 **phương thức**.

Tôi đề nghị chúng ta hãy duyệt qua hai quyển kinh **này**, sau đó thử xem có góp nhặt được gì cụ thể không, trước là để giúp đỡ người khác, sau là để tự chuẩn bị cho cái chết của chính mình.

Trong trường hợp của người phù trợ lâm chung, chúng ta sẽ thử rút tỉa ra những sai lầm không được vi phạm. Nếu được chuẩn bị trước, chúng ta sẽ ít có nguy cơ lầm lẫn trong một lúc bị cảm xúc quá mạnh.

KINH 11 NIỆM TƯỞNG PHẢI CÓ

Chữ *kinh*, theo định nghĩa là những giáo pháp do đức Phật *Thích-ca* tuyên thuyết. Trong kinh này, đức Phật đã dạy chư đệ tử: "Này các *tỳ-kheo*, vào lúc lâm chung, người xuất gia phải khởi 11 niệm tưởng."

Tại sao lại nói đến những 11 trạng thái tâm thức? Đừng lo! Đức Phật không có ý dạy rằng ta phải phát khởi hết 11 tâm thức trong cùng một lúc. Ngược lại, Ngài cẩn thận cho phép chúng ta chọn lựa, bởi vì, như Ngài rất nhiều lần khai thị, giáo pháp phải được thích nghi với từng trường hợp. Người lâm chung sẽ có khả năng trụ trong một trạng thái tâm thức thiện này nhưng không trụ được trong một trạng thái [tâm thức] khác. Điều quan trọng là mỗi người phải có sẵn một phương thức thích hợp với chính mình. Chẳng hạn, rất nhiều người sẽ không thể nào suy nghiệm một tý gì về tánh Không, nhưng lại có thể khơi dậy tình thương hay tâm từ bi một cách dễ dàng...

Kinh này dạy tiếp: "Những gì là 11? Đó là: *[buông] xả chấp thủ*; *thương yêu giúp đỡ người khác*; *buông bỏ hiềm thù*; *phát lộ sám hối*; *trì giới*; *tiêu giảm tội ác*; *tăng trưởng căn lành dẫu rất nhỏ*; *không sợ sệt trước những kiếp tái sanh sắp tới*; *vạn pháp vô thường; vạn hữu vô ngã; Niết-bàn tịch tĩnh an vui.* Đó là 11 niệm tưởng mà người xuất gia cần phải có [vào lúc lâm chung]."

1. Niệm tưởng buông xả chấp thủ

Tâm xả chấp là tâm ngược hẳn với tâm chấp trước,[1] nghĩa là *"xả bỏ cõi Ta-bà"*: không cảm thấy gì khác hơn là sự ghê sợ và chán ghét vòng luân hồi sinh tử trong các cõi hữu vi **cùng với những** hạnh phúc giả tạm và tài sản phù du của chúng.

Đức Phật **dạy rằng**, lý tưởng nhất là chết với một trong 11 trạng thái tâm thức này. Thí dụ, chết mà không **còn vướng** chấp vào điều gì nữa cả. Một trong những **hàm ý của** câu này là nếu không được như thế, ta sẽ có nguy cơ bị khống chế bởi những tư tưởng trái nghịch. Hậu quả là gì? Ngay lập tức tâm trí bị khuấy động, và sau này với thời gian, **ta** còn phải chịu nhiều đau khổ nữa.

Như vậy, ngược lại với xả chấp là chấp trước hay bám víu, và người ta có thể bám víu vào nhiều đối tượng. Hoặc là chấp vào thân, ở đây ta muốn nói đến thân người lâm chung. Trên thực tế, sự chấp trước có thể bao gồm tất cả các pháp hữu vi, kể cả thanh danh. Để giản dị hóa, ta nói là có ba loại đối tượng chính để chấp trước: thân thể, tài sản của cải và người thân.

---

[1] Chấp trước: thuật ngữ Phật giáo có nghĩa là giữ chắc sự việc không thể buông xả. Ôm chặt, nghĩ về điều gì và không thể quên được nó.

Hãy ghi nhận rằng, ít nhất là theo sự phân tích của Phật giáo, sự chấp trước là một *"tưởng"* hay nhận thức lệch lạc, và khi ước lượng đối tượng, nhận thức này luôn luôn có một xác suất sai lầm. Mặt khác, dầu sai lầm như thế nhưng thói quen chấp trước đã có cội rễ quá sâu trong ta nên nó hiện hành một cách dễ dàng, dầu ta muốn hay không muốn.

Thói quen chấp trước đã mọc rễ một cách kiên cố trong tâm ta. Trong lăng kính của sự tái sanh - mà Phật tử cũng như rất nhiều người khác chấp nhận - vì ta đã di chuyển từ kiếp này sang kiếp khác từ vô thủy nên tập khí chấp trước đã có trong ta cũng từ vô thủy. Dầu ta có chối bỏ thuyết luân hồi và tuyên bố rằng ta chỉ sống vỏn vẹn có mỗi một đời này thôi, thì trong trường hợp đó sự chấp trước cũng đã có mặt trong ta ngay từ giây phút đầu tiên [của đời này]. Đó là một thói quen mà chúng ta mang theo mình từ đầu, cho dầu với ta chữ *"từ đầu"* chỉ đánh dấu lúc ta mới sanh ra trong kiếp này hay đã từ trong các kiếp trước.

Sự chấp trước này đã phát sinh trong tâm ta bằng cách nào? Thì ra, từ khi mới lọt lòng ta đã phát triển một cảm giác sở hữu đối với một thứ thật ra không trực tiếp thuộc về mình. Chúng ta chiếm đoạt một thứ không phải của mình, và bởi vì chúng ta coi như nó thuộc quyền sở hữu của riêng mình nên chúng ta rất quyến luyến nó.

Tôi đang nói về cái gì vậy? Đó là về cái món mà chúng ta có một cảm giác sở hữu rất mạnh ngay lúc phôi thai: thân thể của ta - cái thân thể mà thật ra đã được cấu tạo bằng tế bào của cha mẹ ta. Thế thì rõ ràng đây là một phần thân thể của người khác, mà ngay từ lúc thần thức ta tiến nhập vào các tế bào ấy, chúng ta đã nhận chúng là của mình, hoàn toàn thuộc về mình. Đúng rồi, ở một mức độ nào đó, có thể công nhận rằng thân thể này là của ta. Nhưng tin chắc rằng - như chúng ta đã tin chắc - nó chỉ thuộc về ta, từ bản chất nó đã là của ta thì cũng có hơi lạm dụng: từ căn bản, nó đã được cấu tạo bởi những tế bào thuộc về cha mẹ ta.

Thế thì, một trong những nguyên nhân đã phát sinh sự ái luyến mà chúng ta cảm thấy đối với chính mình, hay đối với thân thể mình, là cái khuynh hướng bẩm sinh thấy mình là chủ nhân duy nhất và hợp pháp nhất của những thành phần mà dầu sao, theo lý luận lại không hề là của ta!

Một lý do khác là không biết chúng ta nhận thức về thân thể của mình thế nào mà lại lẫn lộn nó với chính mình. Khi thật ra là đang nói về thân thể, chúng ta gần như luôn tự động dùng chữ *"tôi"*. Điều này cho thấy là chúng ta đồng hóa thân thể với cái tôi của mình. Chúng ta cảm thấy hai thứ là một.

Để lấy một thí dụ đơn giản, hãy tưởng tượng có người đến giáng một cú thật mạnh lên đầu ta. Chúng ta không rõ lắm tại sao người ta lại làm như thế, nhưng giả dụ như có chuyện ấy xảy ra, chúng ta sẽ nói gì nếu không là "Họ đánh tôi!" Chúng ta lập tức nghĩ rằng có một sự tấn công, mà tấn công ai? Tấn công mình. Chúng ta coi như chính mình đã trực tiếp là mục tiêu, trong khi nói cho đúng, cái bị đánh là *cái đầu của ta*. Thế đấy, mà chúng ta đâu có chấp nhận mình tóm tắt chỉ quy về cái đầu mà thôi! Bình thường khi nghĩ về chính mình, chúng ta không tự giới hạn ở cái đầu, nhưng trong những tình huống như trên thì chúng ta lại tự đồng hóa với nó.

Không ai chối cãi là có một sự liên hệ giữa cái đầu của ta với ta. Mà nếu có ai đánh lên đầu ta, thì cũng không thể phủ nhận rằng trong mắt họ, họ cũng nghĩ rằng họ đang đánh chính ta. Điều này đúng thôi. Nhưng cú đánh của họ chỉ gián tiếp, chứ không trực tiếp lên ta như họ và ta đều tưởng. Bởi vì chúng ta không thể bào chữa rằng một bên là cái đầu của mình, và bên kia là con người của mình, hai thứ ấy không thể "tuy hai mà một" được. Cũng có một tí gì khác biệt giữa hai thứ đó chứ!

Sự thật là có một sự khác biệt giữa các thành phần của thân chúng ta và cái cá nhân mà chúng ta xưng là "tôi", là "ta". Nhưng bình thường, chúng ta không nhận thấy và thường nhầm lẫn hai thứ ấy với nhau rất mau, cho nên hễ có chuyện gì xảy ra cho một thành phần nào đó trên thân ta, chúng ta liền phản ứng bằng cách dùng chữ "*tôi*" hay ít nhất cũng là "*của tôi*".

Vì đó là những nhận thức đến với chúng ta một cách rất tự nhiên khi liên can đến chính mình và cái thân vật chất của mình, nên thế có nghĩa là ta đã quen thuộc với cách nhìn ấy từ khá lâu rồi. Nếu chỉ kể đời này thôi, thì tùy theo tuổi tác, chúng ta đã quen nhìn như thế từ hai, ba chục năm nếu tính theo những vị trẻ tuổi nhất ở đây, hay bảy, tám chục năm cho những ai cùng thế hệ với tôi.

Tại sao lại nhấn mạnh như thế trên một vấn đề quá thông thường đến mức độ vô vị? Trong suốt cả đời, từ lúc phôi thai, chúng ta không ngừng tự thấy mình là "tôi", là "ta". Thế mà, chính bởi cách nhận thức mà tôi vừa mới chấm phá một vài nét cho quý vị thấy, chúng ta đặt một tầm quan trọng rất lớn trên tất cả những gì mà chúng ta gọi là "tôi", là "ta", kể cả thân thể của mình. Do đó chúng ta săn sóc nó, chăm chút nó, chải chuốt nó, tóm lại là tỏ ra rất ái luyến nó, bám víu vào nó, và cứ như thế từ năm này sang năm khác cho đến tận cuối đời. Nhưng lúc tử thần gõ cửa, và hiển nhiên chúng ta phải chia tay với cái thân mà chúng ta đã tự đồng hóa **trong suốt** bấy lâu thì thật là đứt ruột!

Đó là lý do tại sao **thông** thường **những** người nào ý thức được mình sắp chết và cái thân của họ sẽ bị bỏ lại nửa chừng như vậy đều cảm thấy rất kinh hoàng. Đối với họ, sự biến mất của thân thể đồng nghĩa với sự tiêu diệt của chính họ. Tư tưởng này **nảy sinh** một cách rất tự nhiên, phải nói là theo bản năng ở phần đông những người **trong** thời kỳ hấp hối.

Mặt khác, nếu chúng ta thấy rằng - như trong Phật giáo - là **vẫn** còn cái gì **đó** sau cái chết, thì chúng ta sẽ quan niệm thế nào về cái chết? Không thể chối cãi, chết **nghĩa** là cái thân vật chất sẽ biến mất, nhưng cái nhân vật trong trạng thái nguyên vẹn của nó thì không. Ngay khi chúng ta chấp nhận có một cái gì đó "bên kia" cửa tử, điều ấy bao hàm một sự kéo dài của cái gì đó, cho dầu cái thân có bị bỏ lại phía sau. Theo Phật giáo, cái kéo dài đó là tâm tương tục của ta, tức là tâm thức nhìn dưới khía cạnh chiều dài của thời gian. Trong viễn tượng đó thì chết là sự chia lìa của một cái thân vật chất và cái tâm tương tục đã tiến nhập vào nó lúc phôi thai, thế thôi! Chết chỉ bao hàm sự chấm dứt của một cái thân vật chất, chứ hoàn toàn không phải là sự chấm dứt toàn diện của đương sự.

Ấy thế mà, vì lúc bình thường ta đồng hóa con người của mình với cái thân sở y, nên ta chỉ có thể phát sinh một sự chấp trước mãnh liệt vào nó. Và nỗi khổ đau mà ta cảm nhận khi biết mình sắp mất sẽ tương xứng với sự chấp trước của ta đối với nó.

Trên thực tế, cho dầu chúng ta có thể chấp trước vào đủ loại đồ vật, kể cả những món vật chất ở ngoài thân chúng ta, nhưng tâm chấp trước mà ta dành cho bản thân rất đặc biệt. Nó mãnh liệt hơn đối với bất cứ vật gì khác ngoài thân, dầu vật ấy vô cùng đắt giá hay quý báu.

Để có một ý niệm rõ hơn, chúng ta chỉ cần nghĩ đến sự chăm sóc kỹ lưỡng mà suốt cả cuộc đời mình đã dành cho cái thân dường như vô cùng quan trọng ấy. Mà đúng là nó thực sự quan trọng. Và thực sự chúng ta phải chăm sóc nó. Mục đích ở đây không phải là khuyến khích ta bỏ bê nó, chứ đừng nói là xử tệ với nó. Nhưng cho dù như thế, hãy nghĩ đến tất cả những nhọc nhằn mà ta đã phải chịu đựng để cho nó được thoải mái, để cung cấp cái tiện nghi quý hóa cho nó... Đôi khi chúng ta có hơi thái quá chăng?

Dầu sao đi nữa, nói chung là chúng ta rất chấp trước vào bản thân. Chúng ta cưng chiều nó, nâng niu nó. Kết quả là khi cái chết gần kề, khi thấy mình không thể giữ nó vĩnh viễn, nếu chúng ta lại cảm thấy khổ sở thì có gì đáng ngạc nhiên đâu? Ta có thể nói rằng nỗi khổ ấy không hợp lý bởi vì sự chia ly với thân **xác này** là một điều tự nhiên và không thể tránh. Nhưng **dù hợp lý** hay không, nỗi đau khổ ấy **được cảm nhận** rất thật, và điều ấy mới đáng **nói**.

Để lấy một thí dụ giản dị, hãy tưởng tượng là chúng ta đã ở trong một căn nhà suốt khoảng 20 năm, và chúng ta đã cảm thấy an vui trong căn nhà ấy. Ngày mà chúng ta phải dọn nhà đi nơi khác ở, chúng ta không cảm thấy một chút bùi ngùi sao? Tuy tỷ lệ không đồng, **chỉ** một căn nhà thân yêu cũng khó mà xa lìa được.

Một thí dụ khác thông thường hơn nữa: chúng ta chắc ai cũng có một món đồ vật mà mình đặc biệt ưa thích và **sử** dụng thường xuyên, nếu không nói là luôn luôn. Rồi bỗng một ngày ta đánh mất nó. Điều đó **hẳn** làm cho ta buồn lắm chứ, phải không?

Mỗi lần chúng ta buồn bã như thế, thật ra chúng ta **đã** không **hoàn toàn hợp lý**, vì chính sự sở hữu một vật gì hôm nay xui khiến **ta** phải mất vật ấy về sau. Sự bất bình hay đau buồn mà chúng ta cảm nhận trong trường hợp ấy **thật** không **hợp lý**. Những tình cảm ấy không đúng, vì sự chia ly là điều bình thường, không thể tránh được. Tuy vậy, sự thật là hiện **nay** nếu phải mất mát một thứ gì mà chúng ta hơi ưa thích, ta cũng vẫn buồn.

Làm sao để khỏi buồn? Một trong những phương thức là suy nghiệm trước rất lâu để tự chuẩn bị cho sự mất mát ấy. Mục đích là ngay từ đầu phải làm sao để thật quen thuộc với ý niệm là *khi có vật gì* là thế nào cũng *sẽ mất vật ấy* một ngày nào đó. Nhưng đừng mơ tưởng hão huyền. Không phải vì chúng ta bắt đầu làm quen với cái quan điểm đúng đắn đó **mà** lập tức chúng ta sẽ tránh được tất cả mọi đau khổ lúc chia ly. Nhưng nỗi đau khổ ấy sẽ **giảm** nhẹ hơn. Sự tổn hại sẽ được hạn chế.

Nói cho cùng, làm như thế để làm gì nếu không phải là để trở nên thực tế hơn, và để ý thức **được** bản chất phù du của mọi sự vật? Trong một cuộc hội ngộ, chúng ta chỉ có thể chắc chắn mỗi một điều là thế nào nó cũng sẽ kết thúc bằng một sự chia ly. Bây giờ, **phải** công nhận là những hiểu biết như thế không phải đặc quyền của Phật tử. Đó chỉ là những sự ghi nhận đến từ một tâm trí tỉnh táo không hơn không kém, cho đến độ nó có một tầm vóc phổ quát: nó liên quan đến tất cả mọi người. Bất cứ ai cũng có thể hiểu được điều đó, cố nhiên với điều kiện duy nhất là chấp nhận bàn đến vấn đề này và quan sát nó một cách chăm chú hơn một chút.

Nhưng đây không phải là một lãnh vực dành riêng cho Phật tử. Biện pháp được đề nghị rất đơn giản, vô cùng đơn giản: sự vật như thế nào thì hãy nhìn nó **đúng thật** như thế ấy. Thì ra, sự gặp gỡ nào cũng dẫn đến sự chia ly, và "*được*" cái gì cũng dẫn đến sự "*mất*" cái ấy. Điều nên làm là hãy mở mắt ra, nhìn thẳng vào sự thật, chọn một cái nhìn chân chính từ nay, hay một cái nhìn ít nhất cũng phải gần với sự thật hơn. Điều này chắc hẳn sẽ thích hợp với tất cả chúng ta.

Cách nhìn như thế rất có lợi, vì khi phải chia tay chúng ta sẽ có thể chấp nhận, khiến cho **điều đó** bớt đau đớn và cuối cùng sẽ không còn đau đớn nữa. Tôi đồng ý với quý vị là, chúng ta ai cũng đã từng nói như thế. Bởi vì chúng ta là những người có suy nghĩ và thành thật, nên đôi khi chúng ta đã từng nói: Phải, cũng đúng thôi, một ngày nào đó thế nào cũng phải chia ly. Nói như thế rồi, nhưng chúng ta có nghĩ về điều mình đã nói không? Trong tận đáy lòng, chúng ta có tiếp tục mong ước - vả lại, rất có thể không hề biết là mình **đang** mong ước, phải xét kỹ lại vấn đề này - một điều hoàn toàn trái ngược với câu nói của mình? Chúng ta vừa nói "phải, một ngày nào đó mình phải chia tay" nhưng đồng thời lại vừa nghĩ "ừ nhưng biết đâu, nếu tiếp tục được thì..."

Những gì vừa nói chỉ có mục đích là chỉ rõ sự tác động của tâm chấp trước **đối với** thân **thể** của chúng ta. Sau đó, đối với những đối tượng khác mà chúng ta ưa thích, đặc biệt là tài sản và của cải vật chất, thì sự thể cũng chẳng khác là bao, cũng quá trình đó sẽ tái diễn.

Đừng tưởng **việc** chấp nhận **trong hiện tại rằng** có một ngày *chúng ta sẽ mất hết tất cả* những gì mình có là một điều dễ dàng. Thế mà ngày ấy sẽ tới! Chúng ta có cam lòng chấp nhận không? Bởi vì, dầu sao đi nữa, phần đông chúng ta ai cũng phải khó nhọc lắm mới tậu được tài sản ấy. Chúng ta đã phải kiếm tiền, nghĩa là **phải** làm việc. Để có thể làm việc, chúng ta đã phải học hành. Một khi tậu được của **cải**, chúng ta đã phải tìm cách để giữ gìn và bảo vệ chúng. Chúng ta đã phải suốt cả một đời cật lực học hành, làm việc, kiếm tiền, dành dụm... làm đủ thứ như vậy mới tậu được cái này cái kia, vậy mà *sẽ có một ngày* chúng ta phải buông bỏ hết, xa lìa hết. **Thật** không dễ chút nào!

Huống chi đối với người thân, chúng ta phải nói thế nào đây? Đó có thể là người ruột thịt: cha mẹ, anh em, con cái, vợ chồng - hay là bạn bè thân thiết. Trước hết, chúng ta không hề muốn lìa xa **những** người mình quý mến, thương yêu. Thật sự là chúng ta không hề muốn, ai cũng công nhận điều ấy. Ấy thế mà, sự thật là khi cái chết đến với ai, dầu muốn dầu không **thì** người ấy cũng sẽ bị giật ra khỏi những người mà họ vô cùng ràng buộc. Không ai thoát khỏi được và đó cũng không phải là một kinh nghiệm dễ dàng.

Như tôi đã nói, trong **kinh** Phổ Diệu đức Phật dùng hình ảnh của một **tán** lá cây để giải thích rằng:

*"Trong một kiếp sống, người ta tụ lại với nhau để kết thành một gia đình, một nhóm bạn v.v..., cho đến ngày chia ly. Cuối cùng, tất cả các thành viên của nhóm ấy sẽ **phân** tán mỗi người một nơi, như những chiếc lá tan tác trong gió thu. Những chiếc lá ấy, suốt mấy tuần trước đã họp lại với nhau để tạo thành **tán** cây, một khi tản mác ra rồi thì sẽ không bao giờ có thể tụ họp lại với nhau nữa."* Cuộc chia ly lúc ấy sẽ vô phương vãn hồi. Một ngày nọ, cơ cấu kia có thể được tái tạo giống y như cũ không? Không, không bao giờ. Sẽ có những cơ cấu khác được thành hình, đúng thế, nhưng khác biệt. **Mỗi** tập hợp một khi bị giải tán sẽ không bao giờ **hội tụ** lại giống như xưa.

Quý vị sẽ nói với tôi rằng, là Phật tử thì công nhận có tái sinh, tức là công nhận là sau này rất có khả năng ngẫu nhiên trong một kiếp nào đó ta sẽ gặp lại cha mẹ, bạn bè... mà ta đã bắt buộc phải lìa xa trong kiếp này. Rất đúng. Đúng là chúng ta sẽ gặp họ lại. Gặp lại tất cả. Vâng, nhưng không trong cùng một điều kiện. Dầu cho chúng ta rất có thể gặp lại, nếu không nói là không thể không gặp lại những người thân yêu ấy **vào** một lúc này hay lúc khác [**trong chuỗi thời gian vô tận**], nhưng chúng ta sẽ không thể nhận ra họ. Hôm nay họ là mẹ, là cha, là anh, là chị, là con... mai này họ có thể kết một sợi dây liên hệ với chúng ta, nhưng dưới hình dạng khác, trong vai trò khác. Lúc ấy, chúng ta sẽ không thể **nhớ** ra rằng ngày trước họ và ta đã từng có **mối quan hệ thế** này, **thế** kia đối với nhau.

Cái chết và sự chia lìa là những hiện tượng vừa tự nhiên vừa không thể tránh, nhưng điều làm cho chúng ta đau khổ là sự ái luyến hay chấp trước mà chúng ta đã kết chặt với nhau. Nếu ta có thể vượt qua sự chấp trước ấy - tức là, đừng quên, một nhận thức sai lầm không có thật chút nào - đừng sợ là chúng ta sẽ trở nên lạnh lùng vô tình. Chúng ta vẫn sẽ có cảm tình, vẫn cảm nhận có gì đó cho nhau, nhưng sự xa lìa sẽ không còn có quyền năng làm cho chúng ta chìm đắm trong tuyệt vọng, như điều ấy có thể xảy ra do tâm chấp trước. Dầu gì chúng ta cũng tiếp xúc với rất nhiều người mà chúng ta không đặc biệt đam mê ái luyến, và lúc phải rời họ ta có thể chào vĩnh biệt mà không cảm thấy gì cả. Điều đó chứng minh rằng một sự chia biệt rất có thể trung dung, không đau đớn.

Mục đích [của nhận thức này] ở đây là cảnh báo ta về tâm chấp trước. Ngày hôm nay, chúng ta nghĩ sao về phản ứng của mình trước sự chia biệt? Chắc hẳn là chúng ta sẽ rất đau khổ? Nếu chúng ta nhận thức rằng điều ấy sẽ làm cho chúng ta buồn kinh khủng, thì có lẽ chúng ta đang bị tình cảm chấp trước khống chế. Trong trường hợp đó, tốt nhất là không nên chậm trễ, phải trừ bỏ nó đi một khi đã khám phá sự hiện diện của nó trong tâm mình. Thay vào đó, hãy khơi dậy trạng thái tâm thức nên có nhất và có lợi nhất: tâm buông xả chấp thủ.

Chúng ta có thể làm được, vì nếu suy nghĩ sâu một chút, chúng ta sẽ từ từ dễ dàng nhận ra: thứ nhất, tâm chấp trước không gì **khác** hơn là một nhận thức sai lầm, và **thứ** hai, nó không đem lại gì cho ta cả, ít ra **là** không đem lại gì tốt đẹp.

Nghe tôi nói như vậy, thế nào cũng có người sẽ tự bảo rằng: "*Rinpoche* đang nói gì vậy nhỉ? Thầy bảo chúng ta không nên chấp trước vào gì cả, cả thân xác lẫn tài sản **và** người thân nữa. Nhưng sống như thế thì còn có nghĩa lý gì... Đời sống sẽ chả còn có gì hết. Nó sẽ trống rỗng, không còn chút ý nghĩa. Đạo Phật gì lạ vậy? Khủng khiếp quá ...!"

Nếu quý vị tự bắt gặp mình phản ứng như thế, tôi tự đặt mình vào địa vị của quý vị, không thể trách quý vị được. Vì thế tôi muốn trấn an quý vị ngay. Không, cuộc sống của chúng ta sẽ không mất hết ý nghĩa. Không, nó sẽ không hoàn toàn trống rỗng. Chúng ta chỉ cần **loại** bỏ tâm chấp trước, **thay** vào đó, ta có thể vun trồng tình thương đối với người khác **chẳng hạn, hoặc là** sự trìu mến, dịu dàng, lòng từ mẫn, ý nguyện chân thành đem lại lợi ích cho họ. Hay là đối với thân thể, tôi chỉ gợi ý là không nên đam luyến nó quá lố, không có nghĩa là phải bỏ bê nó. Ngược lại, chúng ta phải nhìn nhận đúng giá trị của nó. Đúng vậy, nó rất có ích. Nó rất quý giá. Chúng ta phải chăm sóc nó, phải cố bảo trì nó, giữ cho nó lành lặn, **trân** trọng nó vì nó xứng đáng được **trân** trọng. Nhưng điều đó không hề hàm ý là phải tiếp tục chấp trước vào nó.

Phật giáo nhấn mạnh là chúng ta phải tận lực chăm sóc thân **thể** của chúng ta, chính vì nó rất có ích cho ta. Nó đã phục vụ ta nhiều và còn có thể [tiếp tục] giúp ích cho chúng ta nữa. Nhờ nó chúng ta đã tránh được rất nhiều khó khăn. Nếu khéo dùng, nó sẽ còn đem lại cho ta nhiều hơn **những gì** ta có thể tưởng tượng.

Ngay cả về tài sản, tôi cũng chỉ đề nghị không nên quá ràng buộc đối với chúng. Điều này cũng không muốn nói là không được sở hữu gì cả và **phải tìm vui trong sự thiếu thốn bần cùng**. Không, không nên hiểu như thế. Hãy thực tế. Vì chúng ta là hữu tình nên cần có một số tối thiểu các thứ vật dụng vật chất để duy trì sự sống và tiếp tục con đường của mình. Nhưng có lẽ cũng không cần luôn luôn tìm cách kiếm thêm và tích trữ ngày càng nhiều **hơn**. Chúng ta không bắt buộc phải trở thành tỷ phú, nhưng cũng phải có một mức sống tối thiểu, nếu không thì chúng ta sẽ thật sự có vấn đề **bất ổn**.

Có một ít của cải và sống sung túc, tại sao lại không? Dầu sao đi nữa, chúng ta cũng có thể **sử dụng** tài sản của mình một cách lợi lạc. Vả lại, theo Phật giáo, nếu trong một kiếp nào đó chúng ta sung túc hoặc rất giàu sang, thì điều đó cũng chỉ nằm trong luật nhân quả. Điều đó không gì khác hơn là một **kết** quả tốt đẹp đến từ những hành vi **hiền thiện** mà chúng ta đã làm **từ** trước hay xa xưa. Sự sung túc vật chất đến từ những hành vi hào phóng rộng rãi đã thực hiện trong những kiếp trước. Trong bối cảnh này, nếu ngày xưa chúng ta đã làm việc thiện và **kết** quả là kiếp này ta được hưởng một cơ nghiệp nào đó, thì không những không có gì phải xấu hổ mà còn thật sự có ích nếu ta biết khéo sử dụng. Vì khi ta giàu có thì giống như ta có một sứ mệnh, có bổn phận phải làm một việc gì [tốt đẹp cho người khác]. Nếu ngược lại ta chỉ biết phung phí, vung tiền qua cửa sổ thì nhìn theo luật nhân quả là không khôn ngoan lắm. Làm thế không hợp lý lắm và có nguy cơ gây khó khăn cho ta về sau. Dầu gì đi nữa, không có sự bắt buộc nào, không có sự lợi ích nào trong sự đam mê luyến tiếc tài sản của mình.

Đặc biệt là đối với người thân - ruột thịt và bạn bè - chấp trước vào họ có lợi gì cho ta? Chẳng đem lại điều gì tốt cho họ cũng như cho ta cả. Thế thì tốt hơn hết là đừng chấp trước hay từ bỏ tâm ấy đi. Điều đó không hề ngăn ngại ta ngày càng thương yêu họ hơn, ngược lại là khác. Điều mà chúng ta cho họ được là tình thương, một tình thương ngày càng lớn và thuần túy hơn, gồm ý muốn đem lại hạnh phúc cho họ, sẵn sàng vì họ mà hành động, và tìm đủ cách để giúp đỡ họ mà không tính toán. Chính đó là những điều mà ta được khuyên nên làm, huống chi theo Phật giáo, nếu hôm nay ta có những quan hệ đặc biệt với người thân, đó không phải là chuyện ngẫu nhiên. Đó là nghiệp quả tích lũy từ quá khứ. Bởi vì quan hệ giữa chúng ta và những chúng sinh này đã có từ lâu đời, nếu hiện nay chúng ta có phương tiện đem lại lợi ích thật sự cho họ, ta hãy làm ngay đừng do dự gì cả. Nhưng tuyệt đối đừng có tâm chấp trước trong việc làm ấy.

Đó là trạng thái tâm thức thứ nhất trong mười một trạng thái mà chúng ta nên có vào lúc lâm chung, *hạnh xả chấp*. Tôi đồng ý rằng đây không phải là một đề tài đem lại niềm vui cho chúng ta. Trái lại, đôi khi nó có tác dụng dìm ta vào trong một nỗi buồn.

Sở dĩ đề tài này không vui, vì nói đến xả bỏ xa lìa là gợi đến sự chia biệt. Điều này đẩy chúng ta vào chân tường, bằng cách làm cho chúng ta thấy rằng vì đã được tụ họp với nhau, chúng ta **chắc chắn phải** có một ngày chia biệt. Chúng ta không thể trốn tránh được. Ý thức điều ấy không có tác dụng đem lại niềm vui cho ta. Nhưng đó chính là lý do vì sao tốt hơn là chúng ta nên thực tế.

Không có gì tốt hơn là chấp nhận nhìn vào sự thật, một sự thật hiển nhiên: khi cái gì phải đến **xảy ra**, chúng ta sẽ chịu đựng dễ dàng hơn vì đã được chuẩn bị, nên chúng ta sẽ bớt khổ đi nhiều. Có thể chúng ta sẽ không khổ chút nào, đó là nhờ từ nay chúng ta đã chấp nhận có cái nhìn khách quan và thực tế. Vì thế, cho dù **việc** đề cập đến các điểm **này** không đem lại vui vẻ hứng thú gì, nhưng **thật** cần thiết và quý báu biết bao!

Hãy cố gắng **nhận** hiểu rằng, nếu chúng ta cứ giữ mãi những tập quán cũ, nếu chúng ta cứ muốn tìm vui trong sự mong cầu, hay đúng hơn là mộng tưởng, rằng tình thế **sẽ** được duy trì mãi mãi, nếu chúng ta cứ muốn bằng mọi cách ôm giữ những gì đã có trong quá khứ, thì chúng ta có mối đe dọa **phải** hứng chịu khổ đau, một nỗi khổ đau khủng khiếp.

2. Niệm tưởng thương yêu giúp đỡ người khác

Nhìn sự vật dưới góc **độ** như vừa giảng ở trên và cứ nói mãi về sự buông xả thì hình như có gì **đó** làm cho ta xuống tinh thần! Như để cổ vũ chúng ta, trong điều thứ hai đức Phật khuyến khích chúng ta vun trồng tình thương, hướng tình thương ấy đến tất cả chúng sinh.

Được phép chọn lựa giữa 11 niệm tưởng như thế thật là nhẹ cả người! Quả thế, chúng ta có thể nhận xét rằng niệm tưởng thứ nhất mà ta được đề nghị không lấy gì làm hấp dẫn cho lắm. Cứ phải nghĩ đến chuyện buông xả, tức là sự chia ly, thật là khó chịu phải không quý vị? Vì chúng ta ai cũng có những khuynh hướng và nhu cầu khác biệt, nên cứ hãy ghi nhận đề nghị ấy. Có thể chúng ta sẽ thoải mái hơn với niệm tưởng thứ nhì, một niệm tưởng cũng rất thù thắng. Thật ra, nó bao hàm niệm tưởng thứ nhất mà chúng ta không biết, vì tình thương mà chúng ta khơi **dậy** phải thâu tóm **được** tất cả chúng sinh.

Ngoài ra, từ niệm tưởng thứ nhất đến niệm tưởng thứ nhì, chúng ta đánh dấu một sự tiến bộ. Trong trường hợp đầu, chúng ta được khuyên rằng, thay vì tiếp tục chấp trước vào gia đình và bạn bè, tốt hơn là nên phát triển tình thương và sự trìu mến đối với họ. Nay chúng ta sẽ đi xa hơn nhiều: chúng ta được khuyên rằng *"thay vì chỉ dành tình thương cho người thân mà thôi, hãy lan tỏa rộng nó đến với tất cả chúng sinh hữu tình"*. Có một sự tiến bộ rất lớn.

"Tình thương". Nếu có một chữ được dùng rất nhiều, thì đúng là chữ này. Nó có vẻ quá sức quen thuộc, ấy thế mà... Người ta dùng chữ này quá thường, nhưng với những ý nghĩa quá khác biệt đến nỗi không chắc là chúng ta có đề cập đến cùng một vấn đề hay không. Hãy nói cho rõ vậy. Tôi biết là trong quý vị có rất nhiều người biết Phật giáo định nghĩa chữ *"thương"* là gì, nhưng vì cũng có người không quen thuộc với lãnh vực này, nên cần nhắc lại là theo Phật giáo tình thương có hai khía cạnh.

Thứ nhất là loại tình cảm kiểu như tình bạn, hay một thiện cảm đối với kẻ khác, lý tưởng nhất là đối với tất cả hữu tình, để từ nay ta thấy ai cũng dễ thương, dễ mến. Bình thường, đó là nhận thức mà chúng ta có đối với những ai chúng ta xem như thân mật gần gũi. Vấn đề ở đây là nói rộng tình cảm ấy đến tất cả mọi loài, để từ nay ta sẽ thấy một cách bình đẳng rằng tất cả đều là những người thân yêu để ta quý mến.

Thứ hai, tình thương cũng có nghĩa là muốn cho người khác được hạnh phúc. Ở đây, trong số 11 niệm tưởng thì cả hai cách thương yêu nói trên đều thích hợp. Tuy nhiên, tôi nghĩ rằng - đây cũng là ý kiến của riêng tôi - trong danh sách 11 niệm tưởng, chủ yếu là thương yêu theo cách thứ nhì: nghĩa là mong muốn cho người khác được hạnh phúc.

Muốn thế thì phải làm thế nào? Ta bắt đầu bằng cách nhận xét rằng phần đông người khác đều không được hạnh phúc như họ cầu mong. Rồi ta tự nghĩ: phải rồi, tốt hơn hết là họ sống hạnh phúc. Thế là ta phát sinh mong muốn làm sao cho họ đạt được hạnh phúc, tức là đạt được các nguyên nhân đem hạnh phúc đến cho họ. Từ đó, ta có thể cảm thấy mình mang trách nhiệm phải tận lực tìm tất cả các phương tiện cần thiết để mang hạnh phúc đến cho mọi người.

Vậy thì thương yêu trước hết có nghĩa là muốn cho người khác được hạnh phúc. Nhưng tại sao muốn cho người khác hạnh phúc là một điều tốt? Có nhiều lý do, mà lý do đầu tiên chính là ta cũng muốn hạnh phúc. Và cái gì đúng cho ta chắc hẳn cũng đúng cho người khác. Những nguyện vọng vừa tự nhiên vừa chính đáng mà chúng ta bắt gặp nơi mình, có lẽ ta cũng có thể tìm thấy nơi tất cả hữu tình. Bởi vì chính ta muốn được hạnh phúc, ta có thể suy ra rằng người khác cũng có cùng nhu cầu ấy. Cái gì tốt cho chúng ta cũng sẽ tốt cho họ.

Còn có nhiều lý do nữa. Nói riêng thì tất cả những gì chúng ta dùng trong kiếp sống của mình, tất cả những gì dễ chịu, thuận lợi và có ích, bằng cách này hay cách khác, phải nhờ chúng sinh khác mới có. Quần áo, thức ăn, nhà cửa v.v... chúng ta đều phải chịu ơn **người** khác, trực tiếp hay gián tiếp. Và "**người khác**" ở đây không chỉ giới hạn ở loài người. Hiển nhiên là chúng ta cũng chịu ơn thú vật chẳng hạn, dẫu chỉ để có quần áo và thức ăn. Cứ tiếp tục suy nghiệm như thế, **dần dần** chúng ta có thể nhận ra rằng, trên một mặt nào đó, chúng ta có một mối tương quan với tất cả mọi loài, nghĩa là ai cũng phải tùy thuộc vào **người** khác.

Bởi vì chúng ta là con nợ của tất cả các hữu tình khác ở nhiều mức độ khác nhau, điều tối thiểu chúng ta có thể làm được là mong ước cho họ có hạnh phúc. Cái gì chúng ta có **được** cũng đều là nhờ chúng sinh khác mà có, đầu tiên là cái thân của chúng ta. Không cần phải suy nghĩ lâu mới thấy ra rằng thân thể hiện nay của ta, ta đã **có được** từ cha mẹ. Chỉ chừng đó thôi chúng ta cũng đã mang nợ họ, và họ đã tỏ ra rất tử tế đối với chúng ta.

Nói về tâm, bất cứ một đức tính nhỏ nào trong tâm chúng ta cũng đều tùy thuộc người khác. Còn sự hiểu biết? Cũng từ người khác đến. Những đức tính như tình thương và lòng từ bi, làm sao ta có thể cảm thấy được nếu không phải là [trong mối tương quan] với những chúng sinh khác? Thế thì, chính là nhờ chúng sinh mà chúng ta có thể làm nảy sinh những trạng thái tâm thức vi diệu. Bởi vì chính họ đã cho phép chúng ta làm được điều đó, chúng ta thiếu nợ họ điều đó, và **như** thế nghĩa là chúng ta cũng hoàn toàn lệ thuộc vào họ trên phương diện đó.

Xét theo nhiều góc độ, việc khơi dậy tình thương đối với người khác rất có lợi cho ta. Một trong những ích lợi này là khi tâm ta tràn ngập tình thương, điều này sẽ ngăn chặn những tâm tưởng hoàn toàn đối nghịch. Nói rõ hơn, khi ta có được tình thương đối với người khác thì ta không thể nào cùng lúc ấy khởi tâm sân hận. Hai tình cảm này hoàn toàn xung khắc. Do đó, lúc gần chết nếu trong tâm ta chỉ có tình thương và lòng từ mẫn thì tự nhiên ta sẽ trốn tránh được những cảm giác bực bội. Điều này vô cùng quan trọng. Trên thực tế, vào lúc lâm chung nếu để cho mình khởi tâm sân hận đối với một người hay sự vật nào thì tai hại vô cùng, vì điều này sẽ khiến ta đâm đầu xuống những cõi tái sinh thật sự xấu.

3. Niệm tưởng hoàn toàn buông bỏ mọi hiềm thù

Như chúng ta vừa mới nói, vun đắp tình thương cũng có nghĩa là tự phòng ngừa đối với mọi sự bực bội. Khi bước qua trạng thái tâm thức thứ ba [trong 11 tâm thức đã đề cập] thì điều này càng rõ ràng hơn. Ở đây, chúng ta được khuyên là nên *"buông bỏ tất cả mọi hiềm thù"*.

Dĩ nhiên, lý tưởng nhất là ta chỉ khởi lòng thương yêu đối với người khác. Nhưng chúng ta phải thực tế. Bản thân ta có thật sự đạt đến trình độ không bao giờ cảm thấy chút giận hờn đối với bất cứ ai trong suốt cả đời mình? Nếu có khi chúng ta nổi cáu với người này hay với người kia, thì tối thiểu trong phút lâm chung chúng ta phải tuyệt đối tránh ôm giữ niềm oán giận. Điều này rất có hại cho ta, dẫu là trong một thời gian ngắn hay về lâu dài. Tâm oán giận rất gần với tâm oán ghét, ngay tức khắc nó đã làm cho ta đau khổ dằn vặt. Và vì tâm ấy còn tăng cường các nghiệp xấu, nó chỉ có thể lôi kéo ta đến những nẻo tái sinh đau khổ. Vì thế mới có lời sách tấn thứ ba: *"Bằng bất cứ cách nào, hãy làm sao đừng khởi tâm oán giận vào lúc lâm chung."*

4. Niệm tưởng phát lộ sám hối

Phật giáo khuyên ta làm điều gọi là "tự vấn lương tâm" để nhớ lại những giới đã phạm, và nói rộng ra là những thiếu sót về đạo đức để mà tịnh hóa. Điều này liên quan đến những người đã thọ các giới luật của tôn giáo hay tâm linh, nhưng bất cứ ai cũng có thể đã từng tự hứa trong đời là sẽ tuân thủ một số tiêu chuẩn đạo đức nào đó. Liệu chúng ta có luôn luôn giữ những lời đã hứa một cách triệt để hay không?

Hãy thú nhận là đôi khi chúng ta cũng vi phạm. Thế thì, đức Phật gợi ý rằng, thay vì ôm giữ nặng nề những sai sót của mình, tốt hơn là hãy tẩy rửa chúng đi. Nếu dịch sát nghĩa thì chữ ấy là "phát lộ sám hối", nhưng đó là một nguồn gốc dễ gây hiểu lầm. Ở đây, chuyện phải làm là tự kiểm thảo và thành thật với chính mình. Nói cách khác, nếu trong đời ta đã phạm những lỗi lầm nào, thì nên tự thú nhận và hối tiếc một cách chân thành. Nhờ thế, chúng ta có thể tịnh hóa chúng được.

Tại sao đức Phật lại khuyên ta làm thế? Vì sự

tương quan giữa nhân và quả, giữa nghiệp đã tạo và sự báo ứng. Hãy giả thiết là chúng ta đã **thọ** nhận một số giới **luật** và đôi khi đã vi phạm. Thế là đồng thời, chúng ta đã tích lũy ác nghiệp. Nếu chúng ta chểnh mảng trong việc hóa giải chúng bằng những phương pháp tịnh hóa đã được chứng nghiệm, thì chúng sẽ tiếp tục đè nặng lên tâm **thức** tương tục của chúng ta, và sẽ duy trì một trạng thái tâm thức gần với tâm sở *"vô tàm"*[1] trong ta. Trong giả thuyết lúc ta lâm chung, nếu rủi ro một loại nghiệp như thế thành thục thì nó sẽ đẩy ta vào một kiếp tái sinh bất lợi.

Liệu chúng ta có thể hy vọng tịnh hóa toàn bộ những nghiệp xấu của mình nhờ sự thành tâm sám hối khi gần nhắm mắt? Không nên quá hy vọng hão huyền. Nói chung, với thời gian chúng ta đã tích lũy quá nhiều ác nghiệp nên khó có thể tịnh hóa được **tất cả** trong một khoảng thời gian ngắn. Thật sự thì có, chúng ta có thể tịnh hóa hết các ác nghiệp, nhưng điều **đó** đòi hỏi rất nhiều cố gắng và phải dùng nhiều nghị lực để chuyên sám hối trong một khoảng thời gian cần thiết. Nếu không làm thế được, thì lúc lâm chung điều mà chúng ta có thể làm cho mình và cho người khác là dùng các phương pháp sám hối nào có thể tiêu trừ những tội lỗi nặng nề nhất. Trong lúc cấp bách, nếu dùng hình ảnh để tỷ dụ thì phải tấn công vào "phần nổi của **tảng** băng **trôi**". Dĩ nhiên, phần còn lại vẫn còn đó, nhưng tiêu trừ những ác

---

[1] Một trong 20 tùy phiền não, tâm sở phát sinh từ ba độc tham, sân và si.

nghiệp thô trọng nhất có thể nhất thời tránh cho ta không bị đọa thẳng vào các ác đạo.

Vả lại, trong lúc còn đang sống, trong khi chờ đợi tiêu trừ tất cả các nghiệp ác, chúng ta nên **ngăn chặn trước những nghiệp tồi tệ nhất**, vì đó là những chướng ngại nguy hiểm. Đến phút lìa đời, nếu chúng ta đeo mang những nghiệp ác quá nặng thì chúng sẽ ngăn không cho ta hướng về những nẻo **tái sinh tốt**. Đặc biệt là trường hợp những ai hành trì để vãng sinh **về các cõi Tịnh Độ**[1] sẽ không đạt được nguyện vọng của mình. Trong đời sống, nếu giữ một tâm trí cồng kềnh với những chủng tử trọng ác thì sự thành đạt những đức hạnh và thành tựu tâm linh sẽ bị chướng ngại. Lấy thí dụ một người dùng nghị lực để thực tập thiền quán hầu thành tựu Đại[2] bi hay Đại từ với tất cả chúng sinh, hoặc để thâm nhập vào tánh Không.[3] Nếu người này không đồng thời lo tịnh hóa các nghiệp xấu thô trọng nhất còn tồn trữ trong tâm tương tục thì các ác nghiệp này sẽ ngăn

---

[1] Mỗi vị Phật có một cõi Tịnh Độ riêng, (mà một vài dịch giả gọi là "thiên đường") thí dụ thế giới Cực Lạc của Phật A Di Đà, hay cung trời Đâu Suất của Phật Di Lặc v.v... Có nhiều hành giả Đại thừa cầu nguyện để được vãng sinh ở một trong các cõi Tịnh Độ, vì điều này bảo đảm cho họ tiếp tục con đường Đạo cho đến khi giác ngộ Bồ-đề mà không sợ thối thất và không còn phải chịu khổ đau trong nghĩa thường tình của nó.

[2] "Đại" ở đây có nghĩa là "phổ quát". "Đại" từ hay "đại" bi có tính chất là bao hàm tất cả chúng sinh khổ.

[3] Tánh Không của một hiện tượng là sự vắng mặt của một tự tánh tự tồn trong hiện tượng ấy: hiện tượng ấy hiện hữu, nhưng không độc lập.

trở không cho họ thành tựu những công đức mà họ mong muốn.

5. Niệm tưởng nghiêm trì giới luật

Đồng với nghĩa trên, Phật giáo khuyến khích vào lúc lâm chung phải tăng cường ý chí tuân thủ một cách tinh nghiêm tất cả các giới luật đã thọ lúc trước hay ngay giây phút ấy.

Chúng ta có thể hình dung nhiều trường hợp, tùy người lâm chung có thọ hay không thọ những thiện giới lúc bình sinh. Trước hết, hãy xét đến những người đã có thọ tịnh giới. Họ có thể thuộc thành phần tăng ni hay cư sĩ, vì có nhiều giới luật mà cư sĩ có quyền lãnh thọ. Nếu trước kia ta có thọ giới nhưng đã vi phạm, thì phải cấp tốc sám hối như đã nói trong niệm tưởng trước. **Cứ** cho là chúng ta đã trì giới **thật** trọn vẹn, **nhưng** khi biết cái chết đã gần kề **thì** tốt hơn hết là ta **phát tâm** cương quyết tuân giữ chúng thật chặt chẽ. Lời khuyên này cũng có hiệu lực với tất cả những pháp môn tu tập mà chúng ta có thói quen hành trì. Vậy thì những hành giả Mật tông có khả năng tự thọ giới có thể thọ một giới, hay nhiều hơn càng tốt. Điều này có thể làm được nếu họ đã biết lo từ trước. Có những Phật tử đã từng thiết lễ tự thọ giới trong vòng nhiều ngày liên tiếp trước khi chết. Mà các lễ như thế đều bao hàm phần sám hối, bằng cách nương vào bốn lực để tịnh hóa tội lỗi một cách tối đa. Hơn nữa, lại có những nghi **quỹ giúp** phục hồi các giới đã bị khiếm khuyết nếu cần, hay tăng cường các giới đã được giữ cẩn trọng. Còn có một cách nữa là thỉnh các pháp sư đến truyền giới cho mình.

Trong trường hợp người lâm chung đã thọ giới Bồ Tát, thì lúc này rất nên thọ lại,[1] hoặc để tu chỉnh, hoặc để củng cố các giới này bằng cách thọ thêm giới ở cấp cao hơn những giới đã thọ, thí dụ từ giới của bạch y (cư sĩ) bước qua giới của người xuất gia, hay là từ giới luật sa-di tiến lên giới luật tỳ-kheo chẳng hạn.

Ngược lại, không được thọ lại giới Ba-la-đề-mộc-xoa mà mình đã thọ, vì các giới này chỉ được thọ duy nhất một lần và bắt buộc phải được nghiêm trì bằng tất cả khả năng của mình. Như vậy, đối với các giới này thì điều phải làm là quyết định giữ chúng cho kiên cố và cấp thiết hơn.

Trường hợp thứ hai là những người chưa hề thọ lãnh giới pháp nào trong suốt cuộc đời mình. Những người này rất có thể có ý nguyện giữ gìn những quy

---

[1] Giới luật chia làm nhiều cấp bậc, một số cho cư sĩ, một số cho người xuất gia. Trong Phật giáo, Giới luật hay Ba-la-đề-mộc-xoa có thể phân biệt thành nhiều loại: a) - Giới Ba-la-đề-mộc-xoa để đạt đến sự giải thoát của tự thân, chung cho Phật giáo Nam và Bắc tông. Những giới này chỉ thọ một lần cho tất cả các cấp, nhưng chúng ta có thể tu bồi. - b) Bồ Tát giới và Mật giới thuộc về Đại thừa, giúp hành giả đạt đến giải thoát tối thượng, tức là Phật quả. Những Mật giới chỉ được thọ trên căn bản của giới Bồ Tát. Không những hành giả có thể thọ lại, mà còn cần phải thọ lại, với mục đích tu chỉnh hay củng cố giới.

luật đạo đức thanh tịnh nhất. Đến những ngày cuối hay ngay cả những giờ phút cuối của đời mình, họ có thể nhận lãnh giới pháp lần đầu tiên, hoặc giới **Ba-la-đề-mộc-xoa**, hoặc giới khác cũng được.

Phật giáo cho rằng phải lấy việc trì giới làm đầu và có nhiều phương pháp để giúp mỗi người làm được việc này. Thí dụ, Đại thừa có Bát quan trai giới, tức là những giới được thọ trì trong một thời hạn 24 giờ và có thể thọ lại bất cứ lúc nào tùy ý. Đó là một pháp môn mà ai cũng có thể làm được, với những giới luật rất dễ thọ trì. Ai cũng có thể cố gắng một chút chỉ trong một ngày mà thôi.

Nói tóm lại, để có thể giữ thiện giới cho trọn vẹn, xem như chúng ta có nhiều giới để lựa chọn, chỉ cần trụ trong một trạng thái tâm thức thích đáng là đủ, tức là ý nguyện giữ tròn những gì mình đã quyết định khi những quyết định này liên quan đến thiện giới nói chung hay một vài khía cạnh của giới nói riêng.

Tất cả những điều vừa nói trên sẽ can hệ rất nhiều đến chúng ta vào giây phút cuối đời. Từ đây đến đó, khi chúng ta ở cạnh tử sàng và muốn giúp đỡ người lâm chung, chúng ta có thể dẫn dắt họ theo hướng ấy. Đối với những người mà ta biết đã từng thọ giới lúc bình sinh thì ta nên nhắc nhở họ hãy nhớ nghĩ đến giới như đã nói ở trên. Còn đối với người chưa bao giờ thọ trì bất cứ giới nào mà nếu ta có cảm giác là họ có thể tiếp nhận thì hãy gợi ý cho họ phát tâm thọ trì một hay nhiều thiện giới. Phật giáo cho ta một sự lựa chọn khá rộng rãi, nhưng tôi tin chắc rằng trong các truyền thống khác cũng thế, nhất là nếu khi thọ giới chúng ta thỉnh cầu những vị mà ta tin tưởng **đến** chứng minh cho mình. Chúng ta **cũng** có thể tự thọ lấy.

Thí dụ, ta nói với người lâm chung rằng một trong các thiện giới **căn bản** là kiên tâm quyết chí không **giết hại** bất cứ sinh vật nào, và khuyên họ phát **nguyện** không sát sinh trong các kiếp tiếp theo. Còn nhiều cách có thể làm nữa, điều quan trọng là khuyến khích họ khởi tâm cương quyết không **phạm vào** các ác pháp, hoặc giữ đủ **Mười** thiện pháp[1] nếu họ cảm thấy đủ khả năng, hoặc là chỉ những giới mà họ nghĩ có khả năng giữ được mà thôi. Như thế, họ có thể khởi tâm quyết chí không **giết hại** hay không lấy đồ vật gì thuộc về người khác. Có ba giới chính thuộc về thân, 4 **giới** thuộc về khẩu và 3 **giới** thuộc về ý.

Chúng ta có thể liệt kê các giới này ra và cùng họ khảo sát xem giới nào họ có thể sẵn sàng **thọ** trì. Có thể họ sẽ muốn phát nguyện từ nay - tức là trong tất cả các kiếp sau đó của họ - từ bỏ tất cả 10 ác pháp. Có thể họ nghĩ rằng chỉ có thể giữ **được** 3 giới của thân hay 4 giới của khẩu chứ không giữ được toàn bộ 10 giới. Có thể họ cho rằng chỉ nên phát nguyện giữ

---

[1]Mười thiện pháp bao gồm: không sát sinh, không trộm cắp, không tà dâm, không vọng ngữ, không nói thêu dệt hai lời, không nói lời độc ác, không tham lam, không sân hận và không tà kiến [nhất là phủ nhận luật nhân quả]. Ngược lại, khi phạm vào vào những điều này tức là Mười ác pháp.

một trong 10 giới nói trên thì chắc chắn hơn. Dầu chỉ thế thôi cũng đã rất lợi lạc cho họ.

Nếu người phù trợ nhớ đến để gợi **lên đề** tài này với người đang hấp hối, với điều kiện là họ còn sáng suốt, thì gần như bất cứ ai cũng có khả năng an trụ trong loại trạng thái tâm thức này. Như thế, ý nghĩ thô cuối cùng, hay nói cách khác là ý nghĩ bình thường cuối cùng của họ sẽ rất tốt, vì đó là quyết định từ bỏ những ác nghiệp như **giết hại, trộm cắp**.v.v...

Tại sao vào lúc cuối đời **việc** lãnh thọ hay thọ lại các giới lại quan trọng như thế? Theo Phật giáo, ngay khi ta tự sinh khởi những ý nguyện như thế, nếu trì giữ **được** và không **hủy phạm** hay **đánh mất** bởi một cơn sân hận chẳng hạn, thì chúng là một nguồn công đức không gián đoạn, tức là những nghiệp **lành**. Dẫu ta không đặc biệt nghĩ đến, dẫu ta không cố gắng làm điều gì khác, chỉ cần là người có **thọ** giới cũng đủ để tăng trưởng công đức vô lượng.

Một cách tổng quát, bất cứ một lời nguyện nào được **nghiêm** trì một cách đúng đắn đều đem lại lợi lạc, mà lúc cận tử thì lại càng lợi **lạc** hơn nữa. Điều này có thể thực hiện một cách rất giản dị, thí dụ như chỉ cần nghĩ "tôi thật sự không muốn làm tổn hại bất cứ ai". Dẫu cho **việc suy nghĩ** như thế không có tầm vóc sâu rộng của một buổi lễ thọ giới cao hơn, nhưng cũng đủ để cho **ta trụ** vào một trạng thái tâm thức chắc chắn là tốt, không có gì nghi ngại. Thế nên, dưới lăng kính luân hồi sinh tử, đừng quên là niệm **tưởng** cuối cùng **sẽ** định đoạt nơi tái sinh **sắp** tới. **Khi** ta chết với quyết định sẽ không bao giờ làm hại ai **thì điều** đó chắc chắn **sẽ** đưa ta đến một cảnh giới an lạc. Nếu bây giờ ta không tin thuyết luân hồi, ta cũng có thể chấp nhận rằng **việc** chết với quyết định không bao giờ làm hại bất cứ ai cũng có thể giúp ta chết một cách an bình. Thế thì chẳng bõ công lắm sao?

6. Niệm tưởng làm giảm nhẹ tội nặng

Vấn đề ở đây là làm **thế** nào để đặt mình vào trong một trạng thái tâm thức có khả năng **làm giảm nhẹ** những tội rất nặng - trong trường hợp mình có phạm tội - bởi không có người phàm nào có thể tránh **khỏi** một cơn giận dữ hay **sự việc** tương tự. Điểm này khá **tinh** tế, vì nó là trung tâm điểm của Phật giáo, **nhưng** tôi không chắc là nó có ý nghĩa nào trong các truyền thống khác. Tôi sẽ không làm gì khác hơn là trình bày cho quý vị một quan điểm của Phật giáo, sau đó quý vị có thể suy **nghĩ** một chút xem có thể **đưa** nó vào truyền thống của mình và áp dụng được hay không.

Theo Phật giáo, cho dầu ta có tạo nên những tội lỗi cực kỳ ác, vào ngày cuối của đời mình, ta phải làm sao tin tưởng được rằng không có nghiệp ác nào lại không thể cứu **vãn** được, và ngay cả một tội ác ghê tởm nhất cũng có thể tịnh hóa, ít nhất là trong một mức độ nào đó. Phải hiểu điều này như thế nào? Là phải ý thức được rằng tất cả các thành **phần** có một vai trò nào trong tội ác ấy đều là Không, **không** có tự tánh. Người tạo ra tội ác, chính tội ác lẫn đối tượng của tội ác (nạn nhân), cả ba đều là những hiện tượng duyên sinh, chúng chỉ là những sự hữu tương đối,[1] hay là theo **quy** ước mà lập, do các nhân và các duyên hợp thành. Không có thành **phần** nào có tự tánh, không có thành **phần** nào đứng riêng rẽ độc lập cả.

Nếu ta hiểu được rằng các hiện tượng hay các pháp đều là Không, nghĩa là chúng không có một thực chất tự hữu nào cả, thì chúng ta sẽ hiểu rằng những lỗi lầm hay tội ác dù rất **nặng** mà chúng ta đã tạo cũng không hề có tự tánh [**tự tồn tại**], nên chúng có thể tịnh hóa được.

Dầu không đi xa hơn, vào giờ lâm chung nếu ta **ttự nhủ** rằng tất cả những điều bất thiện mà mình đã làm đều không hề có tính chất tuyệt đối và **đều** có khả năng tịnh hóa được là ta đã tức thời giảm thiểu sức nặng của các nghiệp lực thô ác mà ta đã tích lũy.

---

[1] Phật giáo nhìn các hiện tượng (hay các pháp) theo hai cách: theo thế tục đế (tương đối) hay theo chân đế (tuyệt đối). Mặc dù tất cả các trường phái đều chấp nhận cách phân loại này, nhưng họ lại bất đồng ý kiến với nhau về nội dung của chúng. Theo phái Trung Quán do các luận sư vĩ đại của Ấn Độ chủ trương như tổ Long Thọ, Nguyệt Xứng hay Tịch Thiên, và cũng là trường phái chính thức của Phật giáo Tây Tạng, các hiện tượng thấy như là thật có nhưng cái "thật" ấy là một cái thấy sai lầm, vì hiện tượng chỉ "có thật" theo tục đế, theo quy ước, thí dụ như khi ta thấy một bình hoa. Còn nếu nhìn các hiện tượng theo chân đế, thì phải thấy chúng là Không, là Vô ngã. Thí dụ cái bình hoa lúc nãy được biết là do nhân duyên hòa hợp mà thành và không có tự tánh. Có những trường phái Phật giáo khác cũng phân biệt các pháp theo chân và tục, nhưng tiêu chuẩn lại không đồng với trường phái Trung quán này.

Thay vào đó, người nào không có khả năng suy nghĩ theo lý vô ngã và tánh Không cũng có thể tự nhủ rằng: *"Nghiệp nào, dầu rất nặng cũng có thể tịnh hóa được, ít nhất là trong một mức độ nào đó."* Phương pháp này giản dị và dễ thực hành hơn, và không phải là một lời tự an ủi hay tự ru ngủ bằng những mơ tưởng viển vông. Ngược lại là khác. Dầu sao đi nữa, theo Phật giáo, chúng ta rất nên ý thức điều này vì đó là một sự thật chân chính, nghĩa là ***nghiệp ác nào cũng có thể tịnh hóa được***, và giữa những phương pháp sám hối, phương pháp có hiệu lực và triệt để nhất là thấu hiểu bản thể Không, vô tự tánh của các pháp.

7. Niệm tưởng tăng trưởng các thiện căn dầu nhỏ bé

Kèm theo điều mà chúng ta vừa mới nghe, chúng ta cũng có thể khuếch đại các nghiệp thiện mà chúng ta đã tích lũy, còn gọi là các *"thiện căn"*. Một hành vi tốt, nhưng trước mắt thì thấy chỉ có một tầm ảnh hưởng nhỏ, có thể đạt được một phạm vi rất lớn nếu nó được kèm theo những phương thức thích hợp: phát nguyện và hồi hướng.

Hãy lấy thí dụ một hành động tầm thường, hoàn toàn không có gì đáng kể, với tầm ảnh hưởng dường như không được bao nhiêu. Nếu chúng ta chu đáo phát lên một tâm nguyện bao gồm toàn thể chúng sinh (thí dụ chúng ta muốn đem lại lợi lạc cho tất cả mọi loài .v.v...) và nếu cuối cùng chúng ta không quên phát lời hồi hướng sâu rộng không kém - thí dụ hồi hướng những gì chúng ta đã làm cho hạnh phúc của mọi loài không trừ một loài nào -, thì điều này sẽ tạo công đức cho chúng ta - tức là những nghiệp thiện - theo tỷ lệ thuận với số lượng chúng sinh mà chúng ta đã nghĩ đến. Nếu tâm hồi hướng cũng như tâm phát nguyện bao gồm tất cả chúng sinh - vốn là vô lượng, thì hành động nói trên cũng có một phạm vi vô biên, dầu nó là **hành động** gì đi nữa.

Chắc chắn chúng ta ai cũng đã **từng** làm một việc tốt, nhưng thiện căn của chúng ta thường yếu ớt vì không có tâm nguyện **và** đối tượng hồi hướng thích hợp. Để tăng cường các thiện căn sau đó, Phật giáo khuyên thực hành hạnh tùy hỷ công đức của việc thiện đã làm. Đặc biệt là lúc lâm chung, việc nhớ lại những điều tốt đẹp mà mình đã làm trong hiện đời là vô cùng lợi ích. Dẫu lúc làm thì thấy rất nhỏ bé, nhưng đừng nghĩ là nó không đáng kể. Nếu nhớ lại và hoan hỉ vì đã làm việc thiện, thì điều này sẽ **giúp** tăng trưởng công đức của việc ấy.

8. Niệm tưởng không sợ sệt trước các kiếp tái sinh tương lai

Trong các trường hợp có thể hình dung được, trước hết hãy lấy trường hợp **một** người tin tưởng chắc chắn rằng chỉ có vỏn vẹn một kiếp sống mà thôi, tức là kiếp sống hiện tại. Đúng lý thì người này được miễn trừ mọi **sự** sợ hãi trước các kiếp tái sinh tương lai, vì họ không tin có tái sinh. Nhưng điều này không có nghĩa là họ hoàn toàn tránh được mọi sợ hãi, vì họ có thể kinh hoàng trước ý nghĩ là mình sắp biến mất, và sắp đối diện với sự tiêu diệt trong giây lát. Dầu sao đi nữa, do tin tưởng như vậy, đáng lẽ họ không có gì phải lo sợ cho tương lai. Nhưng có chắc là họ giữ nguyên quan niệm của mình cho tới hơi thở cuối cùng không? **Điều đó còn tùy**. Một số người thấy niềm tin kiên cố của mình bị chao động, và từ đó cảm thấy lo sợ; một số người khác thì không.

Bây giờ hãy lấy trường hợp của những người có tín ngưỡng tôn giáo và công nhận cái chết có thể không phải là một sự **hủy** diệt toàn diện. Phật tử gọi đó là sự tái sinh; trong các truyền thống khác, người ta có những ý niệm khác và dùng những ngôn từ khác, nhưng có một sự **tương đồng** lớn về cái "***đằng sau cửa tử***". Làm thế nào để đừng sợ hãi lúc bước qua ngưỡng cửa tử ấy?

Trong số các phương pháp, nếu ta có thể cảm thấy tương đối vững tâm nhờ có hành trì tu tập và nhờ những nghiệp thiện đã tạo, thì đó là một niềm an ủi lớn. Thí dụ, nếu lương tâm ta an ổn và nếu ta ý thức đã làm hết sức mình để hành xử một cách thích đáng và **hiền** thiện, thì ta có khả năng tự **nhủ**: "Ta sắp chết trong giây phút tới. Ta không thể trốn tránh cái chết, nhưng ta có một số vốn thiện và có thể nương tựa vào đó." Nếu thật sự ta đã làm hết sức mình thì ta không có lý do gì để lo sợ cả.

Đối với một người có lòng tin, thì phương pháp khác bảo đảm cho mình không sợ lúc lâm chung, dĩ nhiên là tín ngưỡng của mình. Phật tử đã đặt lòng tin vào Tam Bảo: Phật, Pháp, Tăng và đại sư của họ. Người Thiên chúa giáo nương tựa vào Chúa. Tín đồ các tôn giáo khác cũng có đấng thượng đế mà họ thường thỉnh cầu và tôn vinh. Khi ta thành tâm tin tưởng thì ta có thể chắc chắn đạt được sự bảo hộ mà ta mong cầu. Tin chắc mình không bị bỏ rơi thì tránh được mọi nghi vấn, mọi sợ hãi.

Nói thế nhưng ít nhất là theo Phật giáo thì sự sợ hãi không phải lúc nào cũng là một tâm phiền não. Đó không bắt buộc phải là một điều bất thiện. Hiển nhiên, sự sợ hãi thường là một nền tảng để phát sinh phiền não, nghĩa là sự sợ hãi khởi lên trong tâm ta những phản ứng nguy hại. Nhưng không phải vì thế mà **đánh đồng tất cả mọi việc** được. Phật giáo không phân tích sự sợ hãi như một điều tự nó xấu xa và nhất thiết phải **là** bất thiện và có hại. Thí dụ, sự sợ hãi trước các phiền não như oán hận, tật đố, giải đãi hay vô minh, hoặc là sự sợ hãi trước những hành vi tác hại như **giết hại** hay trộm cắp, những nỗi sợ hãi như thế được coi là có ích và **hiền** thiện. Chính sự sợ hãi đối với cõi Ta-bà sẽ thôi thúc ta thoát ly và truyền cho chúng ta lòng can đảm cần thiết. Tuy nhiên, trong nhiều trường hợp, sự sợ hãi vẫn là mảnh đất tốt cho những ý nghĩ và hành vi bất thiện **nảy** mầm.

9. Niệm tưởng về sự vô thường của tất cả các pháp hữu vi

Các pháp nào được gọi là hữu vi thì có nghĩa là các pháp ấy vô thường. Ý thức được điều đó không khó. Chỉ cần đào sâu vấn đề một chút thì thấy ngay rằng tất cả những sự hữu nhờ nhân và duyên mà hiện hữu, thì chúng chỉ có thể hiện hữu trong một thời gian ngắn. Tất cả các hiện tượng duyên sinh đều xuất hiện và tiêu diệt trong từng niệm, tức là chúng không thể hiện hữu trong niệm kế tiếp. Chúng không thể hiện hữu một cách hoàn toàn giống y như nhau trong hai niệm liên tục.

Phật giáo cho rằng hiểu được như thế rất có lợi, bởi hai lý do:

- Thứ nhất, nhận thức như thế là đúng và thực tế, và Phật giáo nghĩ rằng một nhận thức đúng chỉ có thể đem lại lợi lạc mà thôi.

Đồng ý là như thế. Nhưng một vài người trong quý vị có thể tự hỏi rằng, nằm trên giường bệnh chờ chết mà nghĩ tưởng đến bản thể vô thường của các pháp thì có ích lợi gì?

- Thứ hai, người nào tư duy một cách chắc chắn rằng các pháp hữu vi không có gì khác hơn là những hiện tượng vô thường, sẽ tự nhiên tránh khỏi tâm chấp trước, tâm bực bội và các phiền não khác. Đừng quên rằng đây là một nhận thức chân chính. Vì chân chính nên nhận thức này sẽ chặn đứng các nhận thức sai lầm, trong đó có tâm chấp trước, tâm buồn bực v.v... vì các tâm thức sai lầm này không thể cùng một lúc phát sinh với nhận thức chân chính nói trên. Một người phàm phu không thể có hai niệm tưởng cùng một lúc. Họ có thể có nhiều ý tưởng, nhưng các ý tưởng này phải tuần tự mà phát sinh. Nói cách khác, khi một người duy trì ý tưởng bản chất **các pháp** là vô thường, thì không có ý tưởng dị biệt nào **khác** có thể đồng thời phát sinh trong tâm họ, nhất là các ý tưởng nhiễm sắc thái chấp trước hay sân hận. Các ý tưởng này có thể rất gần và chớm khởi lên, nhưng chúng bị ý tưởng chân chính kia **chặn** lại, nghĩa là ý tưởng chân chính ấy có một tác dụng phòng thủ.

Giản dị hơn, khi chúng ta công nhận bản chất vô thường của các pháp hữu vi, nếu chúng ta tiếp tục phân **tích** thì sẽ thấy rằng chính **bản thân** mình cũng là một hiện tượng hữu vi, do nhân và duyên hợp thành. Đi đến tận cùng của sự hiểu biết thì chúng ta phải có khả năng, lúc giờ chết gần kề, tự **nhủ** rằng sự chết là một điều hoàn toàn bình thường, đó là lẽ tự nhiên của vạn hữu. Thật ra thì chúng ta đặt mình trên bình diện **quy** ước thô: đúng thế, Phật giáo phân biệt bản chất thô và tế của pháp vô thường. Cái chết của một hữu tình hay sự tan vỡ của một đồ vật thuộc về bản chất vô thường thô. Trong khi đó, sự thay đổi trong từng sát-na của vạn pháp là bản chất vô thường vi tế của chúng.

Tóm lại, vấn đề là ít nhất **cũng** nên công nhận chết là một hiện tượng tự nhiên không thể tránh, và không có việc gì phải kinh ngạc hay đặc biệt sợ hãi. Hãy ghi nhận rằng đó chỉ là một trạng thái tâm thức thực tế mà thôi, không có gì khác hơn là sự vật như thế nào thì chúng ta nhận biết chúng đúng như thế ấy.

Thật ra, việc hiểu được mọi sự đều vô thường có thể bảo vệ ta khỏi rơi vào thường kiến, tức là cái ý nghĩ mà chúng ta nuôi dưỡng trong đáy tâm thức của mình rằng chúng ta bất diệt. Tự bẩm sinh, chúng ta mê lầm tưởng rằng cái cá nhân là chúng ta đây, hay ít nhất là một phần của cá nhân ấy, là một [thực thể duy nhất], thường hằng và độc lập. Việc hiểu ngược lại sẽ phá vỡ định kiến ấy và đồng thời phá vỡ tất cả những gì phát sinh từ đó, mà trước hết là tâm vọng chấp.

10. Niệm tưởng các pháp đều vô ngã

Việc hiểu rằng các pháp đều vô ngã, [hay] sự vắng mặt của một cái "*ngã*" trong tất cả những gì hiện hữu, là một ý niệm hơi khó giải bày và cũng khó mà hiểu thấu đáo. Không thể phủ nhận việc ý niệm này khó hiểu, nhưng nó cũng rất hấp dẫn. Nói chung, người ta thích nghe nói về *vô ngã*, về *tánh Không*.

Bởi vì cơ hội đến với chúng ta, hãy bắt đầu bằng cách tự đặt câu hỏi: Trong những thuật ngữ mà tôi vừa mới dùng, chữ "*ngã*" có nghĩa là gì?

Để dịch từ chữ phạn "*atman*", và chữ Tây Tạng "*bdag*", các dịch giả thường dùng nhiều chữ như "*ngã*", "*cái tôi*", "*cá nhân*" v.v... tùy theo ngữ cảnh, tuy những chữ ấy không đồng nghĩa. Chúng ta chỉ cần nhớ rằng theo cách nhìn của Phật giáo, chữ *"ngã"* và *"tôi"*, theo quy ước là chỉ cho cùng một khái niệm.

Như vậy, ý niệm *"ngã"* gợi cho chúng ta điều gì trước tiên? Không nghi ngờ gì nữa, đó là ý niệm *"tha nhân"*, "kẻ khác".

Hãy tóm lại: một bên là chính mình, gọi là *"ngã"*; một bên là *"tha nhân"*, *"kẻ khác"*. Điều này thật là hiển nhiên, không ai nghĩ đến chuyện chối bỏ. Thế nhưng, trong các kinh điển và luận văn Phật giáo, chúng ta thấy một cụm từ trở đi trở lại mãi, đó là hai chữ *"vô ngã"*. Điều này thật đáng cho chúng ta đào sâu và thử tìm hiểu. Chính vì không được giải thích nên trước kia ở Âu - Mỹ, một số lớn các nhà tư tưởng đã cho rằng Phật giáo là một tôn giáo bi quan và theo thuyết hư vô. Vì hiểu từ ngữ ấy theo nghĩa đen nên họ đã tưởng tượng rằng Phật giáo phủ nhận sự hiện hữu của vạn pháp. Không phải như thế. Chúng ta sẽ cố gắng phân biệt giữa cái *"tôi"*, cái *"ngã"* vốn hiện hữu, và chữ *"ngã"* trong cụm từ *"vô ngã"* đã bị phản bác như trên.

Điểm đầu tiên phải ghi nhớ là khi nói *"vô ngã"*, chữ này không chỉ cho bất cứ cái gì hoặc chỉ cho cái gì cũng được. Cái *ngã* bị chối bỏ là một cái *ngã* được xem là tuyệt đối. Nó được tưởng tượng như một cái gì tự nó sinh khởi, hoàn toàn độc lập, không liên hệ với bất cứ điều gì khác, không lệ thuộc vào gì khác. Một cái *"ngã"* tự sinh như thế thì Phật giáo quả thật có phủ nhận.

Ngược lại thì Phật giáo xác nhận điều gì? Phật giáo xác nhận là mọi sự tuy có mặt đấy, nhưng **tùy thuộc vào nhau để mà có**. Nói cách khác, Phật giáo công nhận sự hiện hữu theo thể thức duyên sinh: các hiện tượng sinh khởi **[trong điều kiện]** cái này đối đãi với cái kia, chứ không riêng rẽ **độc lập**.

Khổ thay, khi trình bày rằng Phật giáo công nhận sự hiện hữu nhưng theo thể thức duyên sinh, thì điều này lại **làm nảy sinh** một sự hiểu lầm mới. Người ta thay thế hiểu lầm này bằng một hiểu lầm khác. Thật thế, có người tin rằng lần này Phật giáo cho rằng, để mà có, thì một hiện tượng phải **tùy thuộc vào** *tất cả* các hiện tượng khác. Nói như thế thì có hơi phóng đại.

Cái nghĩa phải nhớ là khi nói một pháp phải tùy thuộc vào pháp khác để mà có, điều này không hề ngụ ý rằng nó phải tùy thuộc vào *tất cả* các pháp khác. Thí dụ nếu chúng ta quan sát một bên là một con mèo và bên kia là một con chó, thì chúng ta sẽ không xác nhận rằng con mèo phải tùy thuộc vào sự có mặt của con chó mới hiện hữu được. Hỏi nó đi! Nó sẽ không đồng ý chút nào. Trên thực tế, con mèo hoàn toàn có thể hiện hữu mà không cần con chó.

Ngược lại có những hiện tượng hiển nhiên là tùy thuộc vào nhau mà có. Đúng thế, làm sao chúng ta nhận thức được "**người** khác", nếu không phải là trong mối **tương quan** với chính chúng ta? Cũng thế, "tay trái" phải được nhận thức trong mối tương quan của nó đối với "tay phải" và ngược lại v.v...

Bây giờ, để có thể chính xác hơn nữa, khi Phật giáo nói đến sự hiện hữu duyên sinh, điều này có nghĩa là muốn hiện hữu, tất cả các pháp đều tùy thuộc vào **hiện lượng**[1] của người nhận thức. Trong thực tế, chúng ta có thể chấp nhận một vật hiện hữu chỉ khi nào nó được chứng thật bởi một nhận thức. Và nhận thức đó phải đúng, phải phù hợp với những tiêu chuẩn đã được định sẵn. Thế thì để hiện hữu, tất cả các pháp đều phải tùy thuộc vào một sự nhận thức chân chính, khiến cho nó trở nên chính thức.

11. Niệm tưởng Niết-bàn là tịch tĩnh an lạc

Chắc hẳn đây là một phát biểu không được sáng sủa tí nào, vì phải công nhận là nó hoàn toàn thuộc về Phật giáo. Chúng ta phải giải thích câu này như thế nào? Chúng ta sẽ không thể đi vào chi tiết vì đây là một phạm trù rất rộng.

Tóm lại đối với một Phật tử, **việc** nghĩ rằng Niết-bàn là tịch tĩnh đồng nghĩa với sự quy y Tam bảo: Phật, Pháp, Tăng, chính xác hơn là quy y Pháp bảo, tức là những giáo lý mà đức Phật đã thuyết giảng. Hãy ghi nhận rằng những giáo lý ấy có hai mặt, tức là giáo pháp được Phật thuyết và thành quả của sự thực hành giáo pháp ấy: những đức hạnh đã được phát triển như **tâm** từ bi, trí tuệ hay bố thí... đi đôi

---

[1] Hiện lượng: tiếng Phạn là Pramana, tiếng Tây Tạng là tsag ma: tức là không có sự sai lầm trong sự nhận thức một đối tượng, thí dụ nhãn thức tiếp xúc với trần cảnh là đóa hoa trắng.

với sự trừ bỏ các khuyết điểm hay sai lầm đối nghịch như sân hận, vô minh hay xan lận.

Tuy có nhiều nghĩa khác nhau, nhưng trước hết "*Niết-bàn*" có nghĩa là "*siêu việt đau khổ*" nhờ công phu tu tập. Khi một người đã hạ thủ công phu tu tâm cho đến mức tiêu trừ tất cả các yếu tố gây phiền não, kể cả vô minh, thì ta nói vị ấy đã chứng *Niết-bàn*: một trạng thái siêu việt mọi khổ đau, cũng gọi là một trạng thái an lạc.

Kết luận

Nói tóm lại, trong quyển kinh mà chúng ta đã đọc lướt qua, đức Phật có liệt kê 11 thiện tâm và khuyến khích phải làm sao để đến giờ lâm chung ta phát khởi được [ít nhất là] một trong những thiện tâm đó. Nói chung thì tất cả giáo pháp của đức Phật đều quy về một điểm, tất cả đều là những phương thức giúp cho hành giả có thể tu tập và dần dần tự chế phục tâm mình.

KINH ĐẠI THỪA NÓI VỀ CÁC DIỆU TRÍ VÔ THƯỢNG LÚC CẬN TỬ

Mặc dù tất cả giáo pháp của Đức Phật đều có chung một mục đích, nhưng các giáo pháp này lại vô cùng khác biệt trên phương diện đề tài cũng như sự tu trì. Mỗi quyển kinh sẽ nhấn mạnh một điểm nào, trên một chiều hướng nào đó. Vì đức Phật rất quan tâm việc làm sao giúp các đệ tử Thanh văn đương thời của Ngài một cách hữu hiệu nhất, bằng cách ban cho họ những tư liệu mà họ có thể dùng được và không nhận chìm họ với những dữ kiện dư thừa. Ngài không hề tìm cách giảng về một đề tài từ đầu đến tận cùng rốt ráo để rồi không bao giờ trở lại nữa. Ngài thường phân bố các điều giải thích dần dần trong các bài Pháp, và không ngại nhắc lại nhiều lần các ý niệm quan trọng, nếu cần thì thêm một sắc thái, một sự soi sáng hay mở bày mới hơn.

Theo cách đó, trong quyển *"Kinh Đại thừa nói về các diệu trí vô thượng lúc cận tử"*, một lần nữa đức Phật tuyên thuyết về các trạng thái tâm thức mà chúng ta nên phát khởi lúc gần nhắm mắt lìa đời. Lần này có **năm tâm thức.**

Có một số trong **năm** tâm thức này đã được đề cập trong bản kinh trước, nhưng lại được phát biểu một cách hơi khác **đi**, như quý vị sẽ thấy.

Theo thông lệ, trước tiên tôi sẽ truyền dạy kinh này bằng cách đọc lên [toàn văn kinh] một lần:[1]

"Quy mạng nhất thiết chư Phật và chư Bồ Tát.

Tôi nghe như vầy, một thời Bạc Già Phạm tại Sắc Cứu Cánh thiên cung, thuyết Pháp cho đại chúng. Lúc ấy Hư Không Tạng Bồ Tát, vị đại anh hùng, lễ Bạc Già Phạm và hỏi rằng:

- Bạc Già Phạm, Bồ Tát phải quán như thế nào vào lúc cận tử?

Bạc Già Phạm dạy:

- Hư Không Tạng Bồ Tát, lúc cận tử, Bồ Tát phải quán các diệu trí lúc cận tử. Thế nào là các diệu trí lúc cận tử?

> *1) Vì tất cả các pháp bản thể đều thanh tịnh, nên quán tưởng viên mãn nhất là quán về tánh Không của tất cả các pháp.*
>
> *2) Vì tất cả các pháp đều có trong tâm Bồ-đề, nên quán tưởng viên mãn nhất là quán tâm đại bi.*
>
> *3) Vì tất cả các pháp bản thể là quang minh, nên quán tưởng viên mãn nhất là quán vô nhất vật[2] trong các pháp.*

---

[1] Kinh Đại thừa nói về các diệu trí vô thượng lúc cận tử. Tên Phạn ngữ: *Ārya-atajñāna nama mahāyāna sūtra*; tên Tạng ngữ: 'Phags pa 'da' ka ye shes zhes bya ba theg pa chen po'i mdo.

[2] Mượn từ câu "bổn lai vô nhất vật" của Lục tổ Huệ Năng để diễn tả rõ ý của câu này. (ND)

4) Vì tất cả các pháp đều vô thường, nên quán tưởng viên mãn nhất là quán tâm vô chấp.

5) Vì tâm là nhân của trí huệ bát-nhã, đừng tìm tánh Phật ở đâu khác.

Bạc Già Phạm lặp lại bằng kệ rằng:

Các Pháp vốn thanh tịnh,

Hãy quán về tánh Không.

Đầy đủ Bồ-đề tâm,

Hãy quán tâm đại bi.

Các pháp vốn quang minh,

Quán pháp vô nhất vật.

Các Pháp vốn vô thường,

Hãy quán tâm vô chấp.

Tâm sinh diệu trí huệ,

Phật tánh tìm đâu xa?

Bạc Già Phạm thuyết Pháp như thế rồi, Bồ Tát Hư Không Tạng và đại chúng vô cùng hoan hỉ tán thán.

Phật thuyết Kinh Đại thừa nói về các diệu trí vô thượng lúc cận tử."

Kinh Đại thừa này đã được tuyên thuyết trong điều kiện nào? Đó là một ngày đức Phật có các vị đệ tử vây quanh, nhất là các vị Bồ Tát. Một trong các vị **Bồ Tát** này tên là Hư Không Tạng (Tạng ngữ: *Namkhai Nying Po*) đảnh lễ đức Phật và hỏi: Lúc cận tử, **các vị** Bồ Tát nên quán như thế nào?

Trong **lời** giải đáp, đức Phật dùng chữ "*diệu trí vô thượng*" để nói về **năm** trạng thái tâm thức mà Ngài đặc biệt sách tấn. Chúng ta đã thấy rằng mình không bắt buộc phải áp dụng cả **năm**. Ngược lại, mục đích là **để** có sự lựa chọn và áp dụng vào từng trường hợp riêng, tùy theo điều mà người lâm chung có thể hay không **thể** tư duy: tánh Không, **hoặc tâm** đại bi v.v...

1. Quán tánh Không

Lời **dạy** rất ngắn gọn này thật ra nói lên sự không có thực của vạn vật, tức là tánh Không của chúng. Lúc lâm chung, khởi lên trong tâm **trí tuệ** về tánh Không của các pháp là một điều vô cùng lợi ích. Để **giảng** rộng lời kinh, "*các pháp*" nghĩa là các hiện tượng, "*bản thể vốn hoàn toàn thanh tịnh*" nghĩa là bản thể của chúng hoàn toàn không có tự tánh hay thực thể. Vì thế, chúng ta phải quán **xét**, phải phát triển hiểu biết về sự vắng mặt của tự tánh [tự tồn] trong **tất cả** hiện tượng **như** nói trên.

Tôi nghĩ rằng quý vị nghe câu này có vẻ quen thuộc, vì chúng ta đã gặp lại niệm tưởng thứ **mười** trong **mười một** niệm tưởng đã được nêu rõ trong quyển kinh đề cập trước đây.

Không cần phải nói, lời khuyến dụ này không phải dành cho bất cứ **ai cũng được**. Người nghe phải từng được học tập trước đó, phải có một hiểu biết căn bản. Nhưng nếu đã có được sự hiểu biết cần thiết, **việc có thể** quán **xét** về tánh Không trong giờ phút ấy sẽ **mang đến** một sự lợi ích lớn lao, bởi rất nhiều lý do. Chúng ta đã đề cập qua, nhưng nhắc lại về khái niệm này **cũng** không phải là một sự dư thừa.

Trong Phật giáo, *"phàm phu"* là người còn ở trong cõi *Ta-bà*, còn luân hồi trong các **cảnh giới** hữu vi quyết định bởi nghiệp và phiền não. Cho rằng đó là trường hợp của chúng ta, thì nguyên nhân là từ vô thủy chúng ta đã bị đánh lừa bởi nhận thức sai lầm về cái gì **là** *có*. Thế nhưng, nếu phân tích một cách đúng đắn thì chúng ta có thể nhận ra rằng sự vật được nhận thức - bất cứ một hiện tượng nào - có thật đấy, nhưng chắc chắn không phải dưới dạng thức mà nó trình hiện. Đúng vậy, cái hình tướng trình hiện trong tâm trí chúng ta là một sự kiện được nhận thấy một cách biệt lập với sự vật khác. Chúng ta có cảm tưởng là nó xuất hiện bằng chính **khả năng** của nó, không tùy thuộc vào bất cứ sự kiện nào khác, vào một nhân hay một duyên nào, trong khi sự thật lại khác hẳn.

Các hiện tượng *có* là một điều đương nhiên, nhưng chúng luôn luôn đến từ một nhóm nhân tố, nói giản dị là từ một nhóm nhân duyên. Thế mà tâm trí ta lại thấy ngược hẳn, và trong khi cảm **nhận** của chúng ta hoàn toàn sai lầm, ta lại tin đó là chân thật đến nỗi ta chấp vào sự vật dưới **cái hình** tướng **chung** ấy. Chúng ta tin rằng sự vật tự *có*, và *có* một cách độc lập, ta gán cho chúng một tính cách tuyệt đối. Chính cái **thấy sai lầm** đó của chúng ta đối với tất cả các sự hữu đã tạo nên cái vô minh gọi là căn bản, vì vô minh này đã trói chặt chúng ta vào cõi Ta-bà từ vô thủy cho đến nay.

Cho nên, hiểu theo hướng ngược lại, thấy được sự thật, nhận thức được sự vắng mặt của tự tánh là rất có ích cho chúng ta. Nhất là nếu quán xét được như thế ngay trước khi chết thì thật là kịp lúc.

Tốt hơn hết là hãy lấy một thí dụ có ý nghĩa vì gần với ta nhất, đó là cái *"tôi"*, cái *"ta"*, và cách thức mà chúng ta tự nhận thức về mình. Suốt ngày chúng ta dùng đến chữ *"tôi"*, chữ *"ta"*: "Tôi làm cái này, tôi làm cái kia", "tôi đi đến chỗ đó" v.v... Khi chúng ta đang nghĩ như thế, *"ta đến, ta đi"* v.v... và khả năng thực hiện điều đó tùy thuộc vào cái cấu tạo cá nhân chúng ta, nghĩa là vào thân và tâm ta. Ấy vậy mà chúng ta không thấy khía cạnh đó, và ta không hề nghĩ rằng mọi sự vốn diễn tiến như thế.

Thật ra, thỉnh thoảng chúng ta nên dành một ít thì giờ để quan sát cách ta nhận thức về chính mình khi nghĩ đến những gì ta làm, điều này khá quan trọng. Khi chúng ta đang nghĩ đến chương trình *"ta sẽ đi đến đó"*, thì ta hình dung cái *"ta"* đó như thế nào? Phải chăng là chúng ta hình dung nó như một cái *"tôi"* hoàn toàn độc lập, tự hữu, không tùy thuộc vào bất cứ gì khác, ngay cả thân và tâm của nó? Phải chăng đó là hình ảnh được thành lập trong trí của chúng ta?

Hình ảnh một cái "tôi" độc lập đối với tất cả, và nhất là đối với thân và tâm, là cái mà ta gọi là "*chấp ngã*", biểu trưng của sự vô minh. Rõ ràng chúng ta hiện hữu như một cá nhân, nhưng để hiện hữu, chúng ta phải có một thân và một tâm đã chứ! Không biết chúng ta sẽ làm cách nào để hiện hữu như một cái "*tôi*" nếu hoàn toàn không kể đến thân tâm và không tùy thuộc vào chúng?

Ấy vậy mà chúng ta nào có nhận thức sự vật như thế đâu! Thật thế, khi chúng ta nghĩ "*tôi sẽ đi đến chỗ đó*", ta nhận thức về cái "*tôi*" ấy rất giản dị, nếu không nói là đơn giản hố quá mức! Chúng ta hài lòng với ý nghĩ "*tôi*" trong tâm, không hề đặt nghi vấn, cho đến nỗi không một chút **nghi** ngờ rằng cái "*tôi*" ấy không hề độc lập như mình tưởng!

Để lấy một thí dụ rõ rệt hơn, hãy tưởng tượng là có người công kích hay lăng nhục chúng ta. Thường thì chúng ta phản ứng như thế nào? Hãy thú nhận rằng chúng ta rất phật ý và cảm thấy có chút gì **tức giận**. Vì chúng ta phẫn nộ, có thể chúng ta **nảy sinh** ý nghĩ: "*Nó dám nói thế với ta! Với chính ta!*" Và cái "*ta*" ấy có vẻ tự áp đặt lên chúng ta. Nó hiển hiện như một thực tại, tự hữu, một hiện thể tuồng như độc lập. Chắc chắn không phải trong những lúc như thế mà chúng ta có thể tự nhận ra rằng cái tự xưng là "*ta*" tuyệt đối ấy hoàn toàn không hề tuyệt đối. Phải, chúng ta hiện hữu như một cái "*ta*", như một "*cá thể*", nhưng là tùy thuộc vào thân và tâm của mình. Không có thân và tâm, chúng ta là cái gì?

167

Xét trường hợp ngược lại. Lần này chẳng những người đối diện không công kích ta mà còn đưa ta lên mây: *"Tôi phục ông (hay bà) quá! Ông thật là tài trí vẹn toàn! Ngoài sự hiểu biết uyên thâm, ông còn tỏ ra thật là tốt đối với người khác! Đã vậy mà còn sang trọng quá!"*

Trước những lời tâng bốc như thế, có người vẫn có thể giữ tâm bất động và biết rõ mình thật sự như thế nào, nhưng phần đông sẽ cảm thấy khoái chí, êm tai. Thay vì nhận thấy đó chỉ là những lời nói làm đẹp lòng, thường thì họ lại dễ dàng nảy sinh ý nghĩ: *"Nghĩ cho cùng, ông ta nói đúng! Ta đây cũng khá lắm chứ!"* Đồng thời, ý niệm chúng ta có về chính mình như là một cá nhân có thật, rõ ràng hiện hữu bằng chính **khả năng** của mình. Hắn có đó, hoàn toàn có đó. Chúng ta thấy như vậy và không đi tìm xa hơn.

Một thí dụ khác rất thông thường. Cho là chúng ta có một ngôi nhà. Nhưng mái nhà bị thủng và chúng ta **phát hiện** có nước dột. Là một tay thợ **gan dạ**, chúng ta quyết định **tự** sửa lấy. Vì chỗ dột nằm ngay bên cạnh máng nước, chúng ta bèn mạo hiểm trèo lên gần mé. Thình lình chân ta trượt trên mái nhà, chúng ta hoảng hồn, sợ điếng người. Thật ra chúng ta chưa ngã, chỉ bị trượt chân thôi, nhưng lập tức chúng ta hãi hùng nghĩ rằng *"Tôi ngã!"* Và dĩ nhiên, cái *"tôi"* đó rất thật có đối với chúng ta. Chúng ta thấy đó là một cái gì hoàn toàn tự nó hiện hữu, chứ không hề nghĩ rằng cái *"tôi"* ấy, nghĩa là cá nhân của chính ta đây, là một hiện tượng hoàn toàn tương đối và giả danh. Trong giai đoạn hiện thời, chúng ta không có khả năng nghĩ như thế!

Khi ở bờ mé của mái nhà hay của một hố thẳm chúng ta hoảng hốt kêu lên *"tôi ngã"*, hay trước mặt mọi người, sung sướng với những lời tâng bốc quá khích chúng ta tự bảo *"nghĩ cho cùng, ta cũng khá lắm chứ!"*, cái khái niệm *"tôi"* hình thành trong trí chúng ta [theo cách đó] có phải là một sự "chấp thật có" không? Không, chưa hề. Bề ngoài nó có vẻ như thật một cách tuyệt đối, nhưng chúng ta chưa nảy sinh tâm chấp trước vốn đi đôi với sự thật sai lầm ấy. Tuy nhiên, một nhận thức về một sự việc mà tướng trạng chung có vẻ như hiện hữu độc lập theo lý thuyết lại thường kéo theo một tâm chấp trước đối với tướng trạng chung ấy. Thế là chúng ta tin rằng cá nhân thật sự hiện hữu dưới bề ngoài ta nhìn thấy được, hay nói cách khác, đúng như tướng trạng chung mà họ trình hiện. Vậy thì, sự chấp thật tức là sự tin tưởng rằng đối tượng được nhận thức - ở đây là cái cá nhân dưới dạng cái *"tôi"* - tự nó hiện hữu, không tùy thuộc vào bất cứ gì khác.

Để miêu tả từ đầu đến cuối tiến trình này, trong trường hợp một kẻ phàm phu, thì người này hình dung bất cứ đối tượng nhận thức nào của mình, và đặc biệt là cái *"tôi"*, hoàn toàn biệt lập với tất cả mọi nhân duyên. Trên căn bản của những sắc tướng bên ngoài như thế, họ bèn *"chấp"* mọi vật dưới dạng ấy: Họ tin chắc rằng mọi sự vật, và đặc biệt là chính con người của họ, hiện hữu thật sự dưới hình tướng mà họ nhận thấy. Đó là cái mà Phật giáo gọi là *"chấp ngã"*,[1] hay nói cách khác là *"chấp thật"*.[2]

Sự *chấp ngã* ban cho đối tượng bị chấp (cái *sở chấp*) một quyền lực rất lớn, *chấp ngã* càng **nặng** bao nhiêu thì quyền lực càng lớn bấy nhiêu: cái cá nhân có vẻ **như** thật có (với nghĩa là biệt lập với mọi nhân duyên) được thành lập như một cái gì tuyệt đối và có một tầm quan trọng tối cao đối với người *chấp ngã* (*năng chấp*). Khái niệm về *"tôi"* càng chắc chắn bao nhiêu thì khái niệm về *"người khác"* cũng đồng thời chắc chắn và rõ rệt bấy nhiêu. Sự ngăn cách giữa *"tôi"* và *"người khác"* trở nên rất rõ ràng và triệt để, và không hề có một mối tương quan hay một nhịp cầu nào giữa hai bên. Kết quả là, một cách rất tự nhiên và không thể tránh được, ta cảm thấy đắm luyến mãnh liệt đối với cái *"tôi"* mà ta cho là tối thượng, cùng với tất cả những gì mà ta nghĩ là đứng về phe ta. Và cũng không tránh được, điều đó **làm khởi sinh** ác cảm với *"kẻ kia"* và những gì dính dấp tới hắn. Từ đó - sự đắm luyến đối với chính mình cùng những gì thuộc về mình, và ác cảm đối với kẻ khác lẫn những gì thuộc về họ - **nảy** sinh tất cả mọi phiền não của tâm thức. Và mỗi lần các phiền não khởi sinh, dầu là vì đắm trước hay vì ác cảm, chúng sẽ tác động lên ba bình diện (**thân, khẩu** và **ý**) và kéo

---

[1] Chấp ngã: thấy cái ta, cái tôi thật sự tự hiện hữu, không nhờ vào nhân duyên nào, từ đó sinh ra bám chấp vào nó.

[2] Chấp thật hay là chấp có, chấp tuyệt đối. Theo Trung Quán tông, khái niệm này đồng nghĩa với "chấp ngã".

theo sự tích lũy trong tâm những chủng tử tương đương. Sau đó, các chủng tử ấy sẽ biến thành nghiệp báo đưa chúng ta đi vào những kiếp tái sinh mới trong cõi *Ta-bà*.

Đó là cách phàm phu cứ thế mà xoay vần trong thế giới *Ta-bà*, do phiền não và nghiệp thức đưa đẩy đi từ cõi hữu vi này đến cõi tạo tác khác. Khi ta tự bảo là nên, hay nói cách khác là phải, cấp bách thoát khỏi cái vòng lẩn quẩn ấy, cái vòng luân hồi **vô tận** đưa ta đến những kiếp tái sinh đồng loại ấy, **thì** chỉ có một cách duy nhất là chấm dứt ngay những yếu tố nuôi dưỡng nó. Phải trừ diệt vô minh, và chính xác hơn là cái *vô minh ngã chấp*. Đó là lý do vì sao trong **bản** kinh này đức Phật đã nhấn mạnh ngay từ đầu là người hấp hối mà tư duy được, tức là hiểu được *"vạn pháp đều không"*, với nghĩa là **chúng** không *"có"* một cách biệt lập và có thật tánh - thì thật là tốt cho người ấy.

Một người phàm phu chắc chắn có *chấp ngã*, nhưng điều đó không có nghĩa là sự *chấp ngã* lúc nào cũng hiện diện trong tâm thức họ. **Điều đó** không **phải lúc nào cũng** rõ ràng **minh bạch**. Chỉ trong những trường hợp như **vừa** đề cập **trên** thì nó mới xuất hiện một cách rất **rõ** nét. Vậy thì chính những kinh nghiệm hơi tế nhị, tốt hay xấu, khởi động niệm tưởng về *ngã* khiến cho sự *chấp ngã* công khai phát xuất. Nếu không, dĩ nhiên là sự *chấp ngã* hiện hữu nơi mỗi người, nhưng rất thường xuyên một cách tiềm tàng.

Tại sao tư duy **về** tánh Không, **về** sự vắng mặt của tự tánh vào lúc cận tử lại là điều đáng làm và phải lúc?

Vì là phàm phu, nên từ vô thủy chúng ta đã quen *chấp ngã*, tức là cái vọng tưởng chấp lấy mọi sự vật và ngay cả chính mình, như những thực thể tuyệt đối. Lúc giờ chết gần kề, sự *chấp ngã* trở nên mãnh liệt bội phần. Nó sẽ nổi lên với một sức mạnh vô song, một là do thói quen cố hữu, hai là vì cái giờ phút tế nhị đang trải qua. Thế nhưng, sự chấp ngã tăng cường sẽ củng cố tất cả những gì mà nó phát sinh.

Với thời gian, chúng ta đã chấp trước khá nhiều vào chính chúng ta và thân tâm của mình. Trong những giây phút quá đặc biệt này, sự chấp trước tăng lên rất mạnh vì chúng ta biết rõ rằng mình sẽ không còn ở lâu trong cõi đời này nữa. Thân xác chúng ta sẽ không còn nữa. Chúng ta sẽ phải bỏ nó lại phía sau vì nó sẽ bị tiêu diệt, tan biến. Một người phàm phu, trong viễn cảnh ấy gần như không thể nào không bị chìm đắm trong một sự chấp trước vào thân thể của mình mãnh liệt hơn lúc trước rất nhiều. Càng thấy mình sắp mất nó, mình càng bám chặt vào nó. Sự khát ái và tham luyến đối với thân thể sẽ làm cho một chủng tử nghiệp trở nên thành thục, đó là nghiệp đưa ta đi tái sinh, vì chính nghiệp này sẽ phóng ta vào một kiếp sống mới trong cõi *Ta-bà*.

Một người lâm chung sẽ ở trong trạng thái tâm thức nào? Họ thường tự nhủ: *"Ta sẽ biến mất! Ta sẽ bị tiêu diệt!*" Thật ra, cái sẽ biến mất là thân xác của họ, nhưng họ lại không thấy như thế. Họ sẽ không thể phân tích như thế nếu họ không đã từng miên mật huân tập từ trước. Phản ứng tự nhiên sẽ là "***Tôi đang biến mất***" chứ chắc chắn không phải là "***chỉ có thân thể tôi đang bị hủy diệt chứ không phải tôi***".

Người lâm chung tự đồng hóa một cách rất tự nhiên với thân thể, và đó là bởi vì quá chấp chặt vào thân thể của họ. Sự chấp trước vào thân thể của họ mạnh đến nỗi họ thấy mình với nó là một. Họ không thể làm khác hơn được. Đó là những phản xạ tự nhiên. Vào cuối đời, sự đắm trước đối với chính họ sẽ bùng lên một cách tự động, trừ những trường hợp ngoại lệ.

Thật thế, điều gì **xảy** ra cho những người đã nhờ thiền định mà trực tiếp hiểu được tánh Không, sự vắng mặt của một cái **ngã tự hữu** và tuyệt đối? Những vị đã chứng **đắc** điều này được gọi là **bậc thánh** (**arya**), nhưng các ngài không có cùng chung một trình độ. Có nhiều cấp bậc khác nhau. Hai cấp bậc đầu bao gồm các vị thánh còn phải sinh vào *Dục giới*[1], tức là cõi mà chúng ta đang sống. Thuật ngữ Phật giáo gọi là "***nhập lưu***" và "***nhất lai***" (tức là các bậc thánh Thanh văn chỉ còn mỗi một kiếp tái sinh nơi *Dục giới*).

Mặc dầu thật chứng được tánh Không, nhưng ngay cả những vị này cũng còn **nảy** lên một niệm

---

[1] Theo Phật giáo, chúng sinh cõi Ta-bà chia làm ba cõi, đó là Dục giới (đặc biệt gồm có người và thú vật), Sắc giới và Vô sắc giới.

chấp ngã trong tâm lúc cận tử. Sự khác biệt với phàm phu - những người chưa chứng được tánh Không - nằm ở chỗ là nhờ ý thức được sự vắng mặt của tự tánh nơi vạn pháp và nhất là nơi con người, các vị thánh này không nhượng bộ tâm chấp trước. Trong tâm họ nảy sinh niệm *chấp ngã*, nhưng họ không để cho niệm này trói buộc. Họ không bị niệm chấp trước khống chế, vì họ không tin vào nó. Họ hiểu rất rõ rằng những điều hiện ra trong trí họ toàn là những vọng tưởng tai hại, hoàn toàn sai lầm.

Những vị thánh đã đạt đến một trình độ cao hơn, tức là những vị không bao giờ còn phải tái sinh trong *Dục giới*, đã vượt qua sự chấp trước cho đến mức, dẫu trong phút lâm chung, niệm ấy cũng không còn có thể nảy sinh trong tâm họ.

Như vậy, khi chưa đạt đến trình độ cao của quả vị thánh, chắc chắn là lúc cận tử tâm của chúng ta bị xâm chiếm bởi sự ái luyến bản thân. Một trong các hậu quả là niệm *chấp ngã* rất mãnh liệt trong tâm người lâm chung. Vì thế mà đức Phật đã khuyên rằng, nếu được thì lúc ấy nên tư duy về tánh Không, và quán *"sự vắng mặt"* - hiểu theo nghĩa đen - của mọi hiện tượng, tức là [tính chất] *"Không, vô tự tánh"* của mọi hiện tượng, dẫu chỉ trong khoảnh khắc.

Mục đích là để đối trị tâm chấp ngã, chấp trước vào bản thân, và để hạn chế những tai hại về sau của các tâm ấy.

2. Quán đại bi

"Vì tất cả các pháp đều có trong tâm Bồ-đề, nên quán tưởng viên mãn nhất là quán tâm đại bi." Đức Phật dạy như vậy ở phần thứ nhì.

Tất cả các pháp môn Đại thừa đều tập trung trong tâm Bồ-đề. Có nghĩa là hoạt động nào thuộc về hạnh Đại thừa đều phải đặt trên nền tảng tâm Bồ-đề. Ngay khi một người thực hành tâm Bồ-đề thì từ đó tất cả những thiện nghiệp người ấy tạo ra đều thuộc về hạnh Đại thừa, và đó là do họ đã có tâm Bồ-đề. Ngược lại, thiếu tâm Bồ-đề thì một hành vi hiền thiện đến đâu đi chăng nữa cũng không thể thuộc về hạnh Đại thừa.

Quý vị cũng nhớ rằng, quyển kinh mà chúng ta đang tham khảo đây nằm trong hệ thống giáo pháp Đại thừa. Kinh này ưu tiên được thuyết cho hàng Bồ Tát, tức là các hành giả đặt trọng tâm vào việc làm lợi lạc cho tất cả chúng sinh bằng cách đạt Phật quả viên mãn. Chính cái nguyện vọng tìm cầu giác ngộ không phải vì mình mà vì muốn lợi ích cho người khác đó được gọi là tâm Bồ-đề, là điểm đặc trưng của các vị Bồ Tát. Quả vị Phật là do vô lượng nhân và duyên kết hợp mà thành, nhưng nhân duyên trọng yếu nhất chính là tâm Bồ-đề. Tâm này chỉ có thể phát sinh từ nền tảng là tâm đại bi. Vì thế mà đức Phật khuyên dạy chúng ta phát triển và tư duy về tâm đại bi.

Tôi xin nhắc lại là tất cả các trạng thái tâm thức

mà chúng ta đang đề cập đến đều rất nên có trong giờ phút lâm chung, nhưng không phải chỉ trong giờ phút ấy mà thôi. Thứ nhất, lúc ấy không thể nào làm **nảy** sinh trong tâm mình một ý tưởng hoàn toàn xa lạ. Trong khoảnh khắc ấy, muốn cảm giác được tình thương, từ bi hay nghĩ đến tánh Không, **cần** phải có sự huân tập từ trước. Thứ hai, nếu những tư tưởng ấy có thể giúp **ích** ta rất nhiều vào lúc cuối đời, **thì** chúng cũng rất lợi ích cho ta trong lúc bình sinh. Hãy thấy rõ điều ấy.

Chỉ cần biết rằng lúc gần chết phát sinh được **tâm** Bồ-đề là điều rất quý, và vì tâm này có căn bản là **tâm đại** bi, **nên** phải **khơi** dậy tâm đại bi này.

Tâm đại bi là gì? Mặc dầu phần đông quý vị đã biết **qua** cụm từ rất thường dùng trong Phật giáo **này, nhưng** hãy xác định một lần nữa: "*đại*" hàm ý "*phổ quát*", và bao gồm tất cả các chúng sinh đang chịu khổ đau dưới mọi dạng thức. Đại bi có nghĩa là chúng ta đã ý thức được sự khổ đau của chúng sinh và thấy đó là một tình huống không thể chấp nhận được. Nếu **trước** hết từ bi có nghĩa là ta muốn mọi người được giải thoát ra khỏi mọi khổ đau một cách nhanh chóng, thì **tâm** đại bi có thể biến thành ý muốn tự mình làm [tất cả] những gì cần thiết để cứu chúng sinh thoát khổ.

Phương pháp nào có thể giúp ta phát **tâm** Bồ-đề **thông** qua **tâm** đại bi?

Có các phương pháp như "*phương pháp bảy điểm - nhân và quả*", **hoặc** thấy mình và người **khác đều** bình đẳng rồi hoán chuyển địa vị của mình và người. Nếu phải giải thích các phương pháp đó ở đây thì quá dài dòng, nhưng để quý vị có một vài ý niệm **nhằm có thể** tìm hiểu sâu xa hơn về nhân và quả của phương pháp gọi là *"bảy* điểm"[1] thì ta phải xác định cái gì là nhân, cái gì là quả. Có nhiều cách phân loại khác nhau, trong đó chủ yếu là hai cách.[2]

Bởi vì nền tảng của **tâm** Bồ-đề là **tâm** đại bi, chúng ta phải làm thế nào để quán tâm này? Đó là một đề tài rộng lớn cần được nghiên cứu riêng, chúng ta không **thể** đào sâu vào lúc này. Có **nhiều** phương pháp **để** ứng dụng, nhưng vì trong kinh này đức Phật đã bắt đầu bằng **việc** đề cập đến quán tánh Không, **ta** hãy quán sát kỹ hơn phương pháp này.

Muốn thế, trước tiên chúng ta hãy tư duy về phương diện này của sự hữu, vốn không có tự tánh riêng biệt. Điều này áp dụng cho tất cả, không có trường hợp ngoại lệ nào. Sau đó chúng ta sẽ tự **nhủ**: "Nếu thật sự **về** mặt tuyệt đối tất cả các pháp đều Không, **không có** tự tánh, thì **về** mặt thế tục bình phàm hơn, chúng sinh cũng thật sự phải chịu lắm khổ đau. Cho dầu điều này chỉ phát sinh trên mặt thế tục tương đối mà thôi, nó vẫn không thể chấp

---

[1]Phương pháp bảy điểm gồm: A=Nhân: 1) Thấy tất cả chúng sinh đều bình đẳng; 2) Xem tất cả chúng sinh như mẹ mình; 3) Tưởng niệm lòng tốt của mẹ; 4) Muốn đền đáp lòng tốt ấy; 5) Phát khởi tâm từ ; 6) Phát khởi tâm bi; 7) Quyết tâm hướng đến giác ngộ; B= Quả: tâm Bồ-đề hay là tâm đại bi.

[2]Theo một cách thì quả là tâm Bồ-đề; theo cách kia quả là tâm từ bi.

nhận được." Từ đó, ta có thể khởi tâm đại bi bằng cách nghĩ rằng, ta không thể để cho tình huống này tiếp tục mãi, và ta phải làm gì đó để che chở chúng sinh trước mọi khổ đau.

Quý vị hãy nhớ lại điều chúng ta vừa nói ban nãy: chúng ta đã lướt qua mau chóng, nhưng đây là một điểm cực kỳ trọng yếu. Cái mà chúng ta gọi tên là *"sự hữu"* hay *"hiện tượng"* hay các *"pháp"*, chúng đúng là có hiện hữu trên một phương diện nào đó, nhưng thật ra đó chỉ là một sự quy nạp hay gán ghép, một khái niệm của tâm chúng ta, thế thôi. Nói cách khác, về mặt tuyệt đối thì hóa ra cái gì *"có"* cũng chỉ *"có"* một cách giả danh, hay khái niệm, không hơn không kém. Nhưng khi chúng ta trở về với phương diện quy ước của chân lý thế tục thì rõ ràng là chúng sinh đang chịu đau khổ và khát khao hạnh phúc.

Tiếp tục tư duy, chúng ta nên hiểu rằng chính vì các sự hữu nhìn theo chân đế chỉ là sự quy nạp gán ghép của tâm, nên chúng mới có thể hiển hiện đông đảo và đa dạng trên phương diện quy ước thế gian. Bởi vì không có cái gì tự nó thật có một cách tuyệt đối, bởi vì cái gì *"có"* cũng chỉ là một khái niệm, nên trên phương diện quy ước thế gian chúng sinh mới có mặt, mới khác biệt, mới có khi đau khổ và đôi lúc hạnh phúc; có khi làm thiện và đôi khi làm ác.

Việc xác định rằng cái gì *"có"* đều không có thật tánh và không tự hữu dẫn đến những nhận xét quan trọng. Nhận xét đầu tiên là: Chúng ta chấp nhận rằng có các pháp, nhưng các pháp này phải hiện ra bằng cách này hay bằng cách khác. Nói về cách thức chúng được thành lập thì không có nhiều mà chỉ có hai: hoặc là tự **chúng** thành lập một cách riêng rẽ độc lập, hoặc **chúng** được thành lập tùy thuộc vào một cái gì khác.

Thế mà nguyên lý căn bản là cái gì *có* đều không hề có tự tánh và không thể tự mình thành lập riêng biệt. Điều đó có nghĩa là cái gì *có* thì hiện hữu thật đấy, nhưng bắt buộc phải theo lối tương duyên. Pháp nào xuất hiện cũng do sự phối hợp của một số thành tố.

Tất cả các pháp được tạo tác (*hữu vi*) đều do nhân và duyên mà hiện hữu. Và giữa lòng các tạo tác ấy, có khổ đau và có hạnh phúc. Nói cách khác, khổ đau hay hạnh phúc đều là kết quả của một chuỗi nhân và duyên. Nhân này và duyên kia, một khi phối hợp sẽ làm cho đau khổ phát sinh, đau khổ là kết quả của các nhân duyên phối hợp ấy. Nhưng thiếu một số nhân và duyên cần thiết, thì chúng không thể phát sinh kết quả, do đó nỗi đau khổ kia không thể **sinh** ra, và cứ như thế mà nhận xét.

Đến đây, chúng ta đứng trước một điểm quan trọng. Tất cả những gì vừa mới được triển khai đều hướng về một mục đích, đó là vạch rõ rằng cái mà chúng ta gọi là hạnh phúc hay đau khổ đều là những hiện tượng, không thể chối cãi là có phát sinh, nhưng chúng không phát sinh một cách liên tục. Đôi khi chúng phát sinh, nếu có một vài nhân và duyên hội tụ với nhau; nếu không, chúng không phát sinh.

Chúng ta có thể đi rất xa. Trong phút giây, thử tưởng tượng rằng phân tích của chúng ta đã chứng minh điều ngược lại, và kết luận là khổ đau tự nó thành lập bằng chính khả năng của nó. Nếu khổ đau tự nó hiện hữu, thì không ai có thể thay đổi gì được. Nếu hạnh phúc và khổ đau là những thực tại, tức có nghĩa là chúng hoàn toàn tự thành lập và không tùy thuộc vào nhân duyên, thì một trong các hệ quả là một khi xuất hiện, chúng phải có mặt đời đời kiếp kiếp. Hoặc là chúng ta vĩnh viễn đau khổ, hoặc là chúng ta hạnh phúc muôn đời. Một hiện tượng tự nó thành lập sẽ không bao giờ chấm dứt.

Kinh nghiệm cho chúng ta thấy rằng mọi sự việc xảy ra ngược lại. Đó là lý do khiến cho Phật giáo xác định rằng tất cả đều chứng minh rằng hạnh phúc hay đau khổ không hề có thật tánh nào cả, chúng hoàn toàn là Không, không có tự tánh.

Nói rằng cái gì không được thành lập bởi một tự tánh tuyệt đối đồng nghĩa với việc xác nhận cái ấy không có mặt một cách tự tại và tự tồn. *"Tại sao cần phải dùng nhiều ngôn từ như thế"*, quý vị sẽ hỏi tôi. *"Tất cả đều ám chỉ có mỗi một điều. Tại sao lại làm rắc rối vấn đề?"* Đúng vậy, tất cả đều chỉ muốn nói chừng ấy thôi. Điều mà chúng ta muốn mô tả và nhấn mạnh vẫn chỉ là cái tiến trình phát sinh một cách tương duyên, và nói tương duyên tức là nói lệ thuộc vào nhân duyên, tức là hàm ý sự vắng mặt của tự tánh quyết định. Nhưng dùng nhiều ngôn từ để nói lên điều này không hề dư thừa, vì ngôn từ không phải là không có tầm quan trọng của chúng, mỗi chữ đều mang một bản sắc riêng. Ở đây chúng ta không chú ý lặp đi lặp lại, mà là đề cập vấn đề dưới những góc cạnh khác nhau để có thể soi sáng nhiều khía cạnh của vấn đề. Điều này rất quan trọng, vì một người có thể hiểu rõ ràng minh bạch câu này, mà người khác lại thấy câu ấy tối nghĩa. Vì thế, trình bày một vấn đề qua nhiều cách tiếp cận và bằng nhiều từ ngữ khác nhau vẫn tốt hơn, vì mục đích là làm cho vấn đề sáng tỏ và dễ hiểu hơn.

Chúng ta vừa xác định rằng các pháp không hề có một thực tại tự hữu, có nghĩa là chúng không có yếu tính quyết định. Nếu chúng không có yếu tính quyết định, có nghĩa là bắt buộc chúng phải tùy thuộc vào một cái gì khác. Đúng thế, cái bị phủ nhận là sự tồn tại của một sự hữu chỉ tùy thuộc vào chính mình chứ không tùy thuộc vào một cái gì khác, và phải biết rằng một sự hữu tự chủ như thế đã xuất hiện rồi thì sẽ không biến mất. Mà tại sao nó lại phải biến mất kia chứ? [Bất cứ] cái gì được thành lập bằng cách ấy đều sẽ vĩnh viễn tồn tại.

Bây giờ, hãy quan sát chúng ta thường nhận thức sự vật như thế nào, chính xác hơn là sự vật trình hiện ra trước mắt ta dưới hình tướng nào? Chỉ cần nhìn cái bàn, cái máy ghi âm, cái bục hay bất cứ gì khác. Nếu chúng ta thực sự cố gắng quan sát các sự hữu trình hiện trước mắt ta dưới hình thức nào, chúng ta sẽ nhận xét rằng chúng cho ta cảm giác là chúng hoàn toàn có tự tánh quyết định. Dường như chúng hiện hữu như thế, tự mình có, không lệ thuộc vào bất kỳ vật gì khác. Sự thật là các sự hữu mà chúng ta đang đề cập đến và đồng ý là chúng hiện hữu đều hiện hữu thật đấy, nhưng phải tùy thuộc, tùy thuộc vào đủ thứ yếu tố. Vậy mà khi chúng xuất hiện trong một mối tương duyên như thế, chúng lại cho ta cảm giác là chúng hiện hữu một cách tự chủ độc lập, không nhờ vào bất cứ gì khác!

Hiểu rõ những gì vừa nói trên là một trong những con đường để lãnh hội được tánh Không. Vì thế mà một vị đại học giả Ấn Độ là *Aryadeva* (Thánh Thiên), trong một luận bản căn bản **mang tên *Tứ bách luận* (*Catuḥśataka*)** đã nhấn mạnh vào điều ấy: "***Tất cả các sự vật đều không có ngoại lệ, bởi vì không có tự tánh quyết định và không tự hữu, nên đều vô ngã.***" Đừng quên rằng, trong bối cảnh của chúng ta, khi ta khảo nghiệm xem một vật có hay không có ***bản ngã***, thì cái ***ngã*** ấy phải tự có, tự tồn, độc lập.

Nếu mọi vật hiện hữu như bề ngoài của chúng, với lối thành lập mà trí chúng ta nhận thấy, thì chúng sẽ do những cái ***ngã*** như thế hợp thành, tức là tự có, tự tồn và tuyệt đối. Vì thế, trong bản luận về *Tứ bách luận* của ngài Thánh Thiên, ngài Nguyệt Xứng đã viết: "***Nếu cho rằng một cái ngã có thật thì nó phải hoàn toàn độc lập. Vì điều ấy không có, nên chúng ta phủ nhận ngã và nói đến vô ngã, nói đến sự vắng mặt của một cái ngã thật có và tự chủ.***"

Chính vì không hề có cái gì hoàn toàn tự chủ và độc nhất tự mình thành lập, **nên mới kết luận** rằng không có **ngã**, ở đây ngụ ý là một cái **ngã** tự có và độc lập. Và vì không có gì hoàn toàn tự chủ, tự **hoàn chỉnh, nên** mới kết luận là sự hữu có mặt đó, nhưng tùy thuộc **vào** cái khác mà có mặt. Thế cũng có nghĩa là chúng ta có thể kiểm chứng và nhận xét qua kinh nghiệm của chính mình, nhất là đối với các hiện tượng như khổ đau và hạnh phúc; ngay khi một vài nhân và duyên phối hợp lại với nhau thì đem lại một **kết** quả, **kết** quả ấy một là khổ đau, hai là hạnh phúc; ngược lại khi các nhân duyên khiếm khuyết, thì các **kết** quả trên không thể phát sinh. Chính do vì không có một tự tánh nào cả nên các nhân và duyên mới có thể tụ họp, và một khi các nhân và duyên của khổ đau tụ họp, lúc ấy kết quả của chúng (tức là sự khổ đau nói trên) không còn cách nào khác **hơn** là phải phát sinh.

Biết bao nhiêu chúng sinh bị khổ đau dằn vặt vì lý do ấy và bằng cách ấy. Vì chúng ta nhận xét sự việc như vậy, và chúng ta thấy có những chúng sinh đang bị khổ đau hoành hành, cho nên vun xới lòng từ bi với họ và quán đại bi đối với toàn thể chúng sinh là một điều quan trọng.

Nói tóm lại, vì trên bình diện chân đế, cái gì hiện hữu cũng không có thực thể và thiếu hẳn tự tánh, **còn** trên bình diện quy ước tục đế, các hiện tượng có thể được thành lập bởi tác dụng hợp tan của hoàn cảnh. Khổ đau cũng như hạnh phúc phát sinh **theo cách** ấy, tùy **thuộc** các nhân và duyên có phối hợp với nhau hay không. Điều này gần giống với một bài pháp của nhà du già và thiền sư vĩ đại Tây Tạng là ngài Jetsun Milarepa mà rất đông quý vị đã được nghe nói đến. Ngài đã nói với đệ tử như sau: *"Trong tâm của các con, mọi sự có vẻ như thật có; các chướng ngại, cũng như chư Phật có vẻ thật có đối với các con. Nhưng theo đệ nhất nghĩa đế, không có gì thật sự có, cả chướng ngại lẫn chư Phật. Không có chướng ngại (tuyệt đối) nào cho các con chối bỏ, không có mục đích (tuyệt đối) nào cho các con thành tựu, không có thân Phật nào cho các con chứng đắc."* Những câu nói trên của ngài Jetsun Milarepa không khác với những gì mà chúng ta vừa học: Chính vì không có gì có một bản chất chắc thực, hay một thực thể, các nhân và duyên mới có thể phối hợp lại với nhau để phát sinh những hệ quả khác biệt. Và chính vì thế mà phải khởi **tâm** từ bi với chúng sinh đang làm mồi cho khổ đau.

3. Tư duy "vô nhất vật"

Đi xa hơn nữa, đức Phật nói ở điều thứ ba: *"Vì tất cả các pháp bản thể là quang minh, nên quán tưởng viên mãn nhất là quán "vô nhất vật" trong các pháp."*

Làm sao nối kết ba giáo pháp đầu tiên này? Bởi vì thật sự có một **mối** liên hệ giữa ba giáo pháp.

Thứ nhất, đức Phật dạy phải ý thức bản thể Không, [vô **tự tánh**] của vạn pháp, tức là phải hiểu rằng tất cả các pháp, không có ngoại lệ, đều không có tự tánh. Các pháp này là những gì? Chúng có mặt, nhưng chỉ là những hiện tượng do tâm tạo tác. Chúng hiện hữu thông qua quy ước, tên gọi chứ không có một bản chất tuyệt đối.

Điều này dẫn chúng ta sang điểm thứ nhì. Cho dù không có gì hiện hữu một cách tuyệt đối, tức là không gì có thực chất, nhưng trên bình diện *tục đế*, các pháp vẫn có mặt. Đặc biệt là chúng sinh hiện hữu trên bình diện tục đế và trên bình diện này họ là nạn nhân của khổ đau. Do đó, phát tâm Bồ-đề trên căn bản tâm đại bi đối với tất cả chúng sinh khổ đau là điều thiết yếu.

Và điểm thứ ba là, vì hành giả đã dùng tâm để quán chiếu hai điểm đầu tiên, quán Không cũng như quán đại bi, nên việc quán xét tự tâm là một điều phải làm. Ở đây, đức Phật dạy rằng, tâm của hành giả cũng không có tự tánh mà chỉ có qua tên gọi.

Tạm thời tâm hành giả bị những tấm màn che phủ, nhưng những tấm màn này chỉ là những hiện tượng duyên sinh, vô thường. Các phiền não hay lậu hoặc không phải là thuộc tính của tâm. Chúng không phải là những tính chất cố hữu bẩm sinh.

Để giảng rộng lời kinh "*vì tâm của hành giả bản thể vốn là quang minh...*", [ta có thể hiểu là] tâm vốn là quang minh, trong sáng, nghĩa là thanh tịnh, vì bản thể của nó không hề bị ô nhiễm bởi [bất kỳ] một lậu hoặc nào. Nói cách khác, trên bình diện tuyệt đối, tâm hành giả không thể bị tấm màn nào che phủ.

"*Các pháp*", hay ở đây là *tâm*, có bản thể là "*quang minh*". Thể tính này của tâm có hai mặt, nghĩa là chúng ta có thể nhận biết được trên hai bình diện, với những ý nghĩa rất sai khác:

- Trên bình diện tục đế, nói bản thể của tâm là quang minh không khác gì đưa ra định nghĩa của tâm, của sự nhận biết, vốn là một hiện tượng trong sáng và tri giác. Quang minh là nét đặc trưng chính của tâm, tức là không có gì ngoài cái khả năng phản chiếu những đối tượng nhận thức của nó.

- Trên bình diện chân đế, bản thể của tâm là tr sáng thanh tịnh vì tâm không bị và cũng không thể bị bất cứ cái gì làm cho nhiễm ô. Thể tính tuyệt đối, hay là thể tính căn bản của tâm, nói cách khác là tánh Không của nó, chính là sự vắng mặt của một tự tánh tự hữu.

Hiển nhiên là một hiện tượng như thế - không có tự tánh tự hữu - không thể bị ô nhiễm bởi một sự che chướng nào. Hơn nữa, hãy ghi nhận rằng sự vắng mặt của một tự tánh tự hữu nơi tâm phù hợp với cái mà Phật giáo gọi là "*Như Lai Tạng*", tức là tiềm năng mà tất cả chúng hữu tình đều có thể thành Phật trong tương lai. Đó là một trong ba ý nghĩa của chữ Phạn *Tathāgata-garbha*, [được dịch là Như Lai tạng].

Trên phương diện tục đế, tâm có vẻ như bị ô nhiễm bởi các màn che chướng, mà trước hết là bức màn phiền não. Điều này có nghĩa là gì?

Khi một phàm phu bị phiền não quấy động trong tâm, thì toàn thể tâm thức của họ mang sắc thái của phiền não đó. Lúc ấy, cái "ánh sáng thanh tịnh" của tâm ở đâu? Ánh sáng này vẫn tồn tại, bởi vì, trên bình diện tục đế, dù trong bất cứ trường hợp nào tâm vẫn giữ được bản tánh trong sáng và tánh "biết" của nó, y hệt như mặt trời. Mặt trời vốn có công năng là chiếu sáng và tỏa rạng, dẫu có bị mây che hay không. Không còn mây mù thì mặt trời hiện rõ trên bầu trời, chúng ta ai cũng có thể thấy; khi bị mây che phủ, chúng ta không thấy được nhưng không phải vì thế mà mặt trời mất đi công năng của mình. Cho dầu bị ẩn giấu sau một lớp mây dày đặc và mắt chúng ta không thấy được, nhưng mặt trời vẫn giữ vẹn công năng.

Cũng như thế, cho dầu có bị che phủ bởi màn chướng phiền não, tính chất của tâm vẫn luôn trong sáng và tri giác. Khi có những áng mây xen vào giữa mặt trời và chúng ta, tạm thời ánh sáng mặt trời không thể chiếu đến chúng ta, nhưng tự thân mặt trời không hề bị một sự suy suyển nào ngăn cản không cho tỏa chiếu ánh sáng. Phần nó, nó cứ tiếp tục tỏa rạng. Cũng vậy, mặc dầu bị phiền não chướng ngại, sự phóng chiếu của tâm vẫn luôn tồn tại.

Nói giản lược, trong phát biểu thứ ba, đức Phật khuyên nhủ là hãy tư duy đến tánh Không của tâm.

4. Niệm tưởng vô chấp

"Vì tất cả các pháp hữu vi đều vô thường, nên quán viên mãn nhất là quán tâm vô chấp."

Như kinh "***11 niệm tưởng phải có***" đã nhấn mạnh, tốt hơn hết là không nên có tâm chấp trước đối với bất cứ pháp hữu vi[1] nào, vì tất cả các pháp hữu vi đều vô thường.

Chúng ta đã **xác định** rằng vạn pháp đều không có tự tánh, và điều **này** áp dụng cho đối tượng được nhận thức cũng như chủ thể nhận thức.

Tánh Không của mọi pháp như đối tượng nhận thức nói chung đã được đề cập ngay từ phát biểu thứ nhất, và trong câu thứ ba, chúng ta vừa xác định rằng **ngay** cả chủ thể nhận thức (*tâm*) cũng **rõ ràng là** không có tự tánh.

Nhưng mặc dù tất cả các pháp, đối tượng cũng như chủ thể nhận thức, đều không có tự tánh, một kẻ phàm phu nếu không được chỉ dẫn sẽ nhận **biết** hoàn toàn trái ngược. Ở nơi không có một thực thể nào, phàm phu - **ở đây chỉ cho** một người chưa hiểu tánh Không - sẽ nắm bắt, **vướng** chấp **là có một tự** tánh, một cái gì **hiện hữu** biệt lập. Để sửa đổi lối nhận thức hoàn toàn sai lầm này, phải làm sao hiểu được tánh Không. Nhưng không phải ai cũng có thể hiểu được, ít nhất là trong thời gian đầu. Do đó, phải tìm cách giúp đỡ những ai chưa hiểu được rằng tự tánh không hề có, những ai chưa chứng được tánh Không. Do đó mới có câu phát biểu thứ tư.

Để giúp đỡ những ai chưa hiểu được, nhất là

---

[1]Phật giáo phân biệt hai loại pháp, pháp vô vi như lý vô ngã, tánh Không, và pháp hữu vi như thân và tâm của một cá nhân, do nhân duyên mà sinh.

chưa từng nghe đến tánh Không, phương pháp **tốt nhất** là dẫn dắt họ lưu ý đến bản chất vô thường của các pháp hữu vi.

"*Pháp hữu vi*" là các pháp do nhân và duyên mà sinh, và theo phân tích thì pháp nào xuất phát từ nhân và duyên cũng đều **là** vô thường. **Như vậy, thấy được bản chất của** pháp hữu vi là vô thường tức là ý thức được rằng không có pháp duyên sinh nào lại có thể ở trong một trạng thái bất biến **dù chỉ trong** một niệm. Thật ra, trong từng niệm đều có hiện tượng sinh và diệt **[liên tục]** xảy ra.

Hãy lấy thí dụ một sự vật có mặt ở thời điểm C. Pháp này là kết quả của các nhân và duyên gặp nhau ở thời điểm B, và chính nó có thể làm nhân cho một pháp tiềm tàng khác ở thời điểm D. Nhưng cho dầu ta có quan sát thấy một sự liên tục tiếp diễn giữa các thời điểm C và D, pháp D vẫn không phải là pháp C: có một sự biến đổi đã hiện hành.

Nói cách khác, sự hiện hữu trong thời gian của một pháp vô thường chỉ kéo dài trong một niệm, không hơn không kém, và điều này áp dụng cho tất cả các pháp hữu vi, kể cả các pháp mà chúng ta thấy là hấp dẫn vô cùng.

Ngay cả những đối tượng mà chúng ta gọi là tuyệt diệu hay thù thắng cũng phải **tuân theo quy luật tự nhiên này**: chúng ta có cảm giác là chúng hiện hữu lâu dài, nhưng đó chỉ thuần túy là một ảo kiến của thị giác, vì trong từng niệm, chúng là một hiện tượng mới vừa được sinh ra để rồi diệt đi ngay sau đó.

Ta có thể kết luận: Đối với một vật phù du dường ấy, khởi tâm chấp trước có ích lợi gì?

Nói một cách chính xác hơn, "*một niệm*" có nghĩa là gì? Trong ngôn ngữ hằng ngày đó là một chữ hơi mơ hồ, nhưng trong ngôn ngữ triết học Phật giáo có nhiều phương pháp để đo lường.

Trong kinh điển thường đề cập đến "***khoảnh khắc búng móng tay***" để so sánh, nói đúng hơn đó là khoảng thời gian mà một con người, với tất cả các quan năng tâm vật lý lành mạnh, cần có để tri nhận một cái búng móng tay. Một niệm kéo dài bằng 1/65 thời gian một cái búng móng tay. Đó là cách nói thông thường nhất trong Phật giáo. Nhưng các luận bản Đại thừa còn đi xa hơn nữa và xác định rằng một niệm còn ngắn hơn thế nhiều, vì chỉ lâu bằng 1/365 của một cái búng móng tay. Quý vị có lẽ cũng đồng ý với tôi rằng khoảng thời gian như thế thì không lấy gì làm lâu lắm!

Nói như thế rồi, hãy trở lại với đề tài của chúng ta, tức là pháp vô thường nào cũng chỉ kéo dài vỏn vẹn không quá một niệm duy nhất. Và cho dầu niệm ấy có tương đương với 1/65 hay 1/365 của một cái búng móng tay thì cũng là quá ngắn ngủi, chúng ta không cần phải lưu tâm tới sự khác biệt ấy làm gì. Tại sao lại **nương dựa** vào một cái gì **hết sức** phù du, bấp bênh như thế? Nếu chúng ta muốn nương dựa vào một cái gì, thì **cũng** nên chọn một chỗ dựa vững

vàng hơn một chút chứ! Nếu chúng ta dựa vào một cái gì phải sụp đổ ngay lập tức, chúng ta sẽ ngã nhào theo ngay. Đó là **điều** có thể xảy ra cho chúng ta nếu chúng ta cứ muốn **luyến** chấp vào những hiện tượng chóng tàn. Suy nghĩ đi! **Chỉ** 1/365 của một cái búng **móng** tay!

Nói lên tất cả những điều này có ý nghĩa gì? Có nghĩa là bất cứ pháp hữu vi nào bản chất cũng không vững chắc, nghĩa là không thể tin cậy được! Thân thể, của cải sở hữu, cả thanh danh của chúng ta nữa, v.v... cũng đều có cùng bản chất này.

Hãy trở lại **lập** luận ban nãy. Điểm xuất phát là sự nhận **biết** rằng cái gì hiện hữu cũng đều là Không: Tất cả mọi hiện tượng đều **không có** tự tánh hay thực thể. Thế nhưng đại đa số hữu tình, tức là toàn bộ những người phàm **phu** vẫn chưa hiểu sự vắng mặt của tính chất tuyệt đối nơi mọi sự hữu, nên họ tiếp tục có một lối nhận thức **hoàn toàn sai lầm** đối với sự vật, **hoặc có vẻ** như ngược ngạo: Nơi không có tự tánh, phàm phu chấp lấy một cái có tự tánh; họ thấy có thực hữu nơi không có gì chắc chắn; nơi chỉ có hiện tượng vô thường thì họ lại chấp **chặt** vào những hữu thể mà họ tưởng là vĩnh cửu; và nơi chỉ có đau khổ, họ lại thấy có hạnh phúc. Vì cái chuỗi nhận thức sai lầm đó, phàm phu bị kềm kẹp trong khổ đau. Họ thật sự **chịu đựng** khổ đau - điều này không thể phủ nhận được.

Việc quan trọng là làm sao giúp họ thoát khỏi khổ đau. Làm thế nào bây giờ? Cách thứ nhất, dễ thực hiện nhất, như đức Phật đã dạy, là làm sao để khi những ai bước vào giây phút cuối của cuộc đời được dẫn dắt phát khởi tâm vô chấp, với căn bản là tánh chất vô thường vốn được chứng nghiệm nơi mọi hữu tình, và phổ quát hơn nữa, nơi tất cả các hiện tượng tạo tác.

Đây là một cách khuyến khích chúng ta suy nghĩ sâu xa hơn về bốn cái "*ấn*" của triết học Phật giáo, nhất là hai ấn đầu tiên. Xin nhắc lại cho những ai chưa biết Tứ pháp ấn là gì:

1. Tất cả các hành (pháp hữu vi) đều vô thường.

2. Tất cả các pháp hữu lậu (bất tịnh) đều là khổ.

3. Tất cả các pháp đều vô ngã.

4. Niết Bàn là tịch tĩnh.

Khi đức Phật khuyên chúng ta nên quán niệm vô chấp, đồng thời Ngài cũng muốn kêu gọi mọi người khơi dậy niệm "*buông xả*" đối với thế giới Ta-bà. Nhấn mạnh trên bản chất vô thường của các pháp hữu vi và bản chất khổ đau của các pháp hữu lậu không khác gì miêu tả *Khổ diệu* đế.

Về chữ "*xả*", chúng ta gặp một vấn đề về dịch thuật ở đây. Trong tiếng Tây Tạng, chữ này hàm ý chán ghét một điều gì ghê tởm, đến độ chỉ còn có một ý muốn duy nhất là vứt bỏ nó đi. Chữ "*xả*" ở đây có thích hợp để gợi lên khái niệm này chăng? Có lẽ là không, nhưng chúng ta vẫn giữ nó, vì nó đã quen được dùng.

Đức Phật gợi ý nên phát khởi một tâm niệm buông bỏ - nhàm chán đến độ buồn nôn - đối với thế giới Ta-bà, cho đến nỗi là bằng mọi giá phải trốn chạy, phải thoát ly ra khỏi cái vòng luân hồi vốn do nghiệp lực và các phiền não tác động. Muốn thế, ta phải suy lường những tai hại của sự luân hồi trong các kiếp sống duyên sinh. Muốn xa lánh một hoàn cảnh nào đó, ta phải thấy những khía cạnh xấu xa của nó. Do đó, một trong các phương pháp để có thể phát khởi tâm buông xả và ý muốn thoát ly ra khỏi toàn bộ thế giới Ta-bà là suy nghĩ sâu xa hơn về bản chất vô thường của mọi vật - một trong những điều tệ hại nhất của thế giới Ta-bà.

Tốt nhất là nên hành động có hệ thống, đi từ phạm trù này đến phạm trù khác. Vậy thì, đời sống của chúng ta bị vô thường chi phối, cho đến nỗi dưới khía cạnh ấy, đời sống chúng ta chỉ thuần túy hư ảo, bởi vì nó không có thực chất. Cũng thế, thân thể ta không thể tin cậy được vì quá mong manh tạm bợ và cũng không có tự tánh. Hiển nhiên, của cải sở hữu cũng nằm dưới sự vô thường, tức là không có thực thể. Những người thân của ta cũng trong hoàn cảnh đó. Và cuối cùng, toàn bộ thế giới Ta-bà cũng không ra ngoại lệ vì tất cả các hợp thể cũng như các thành phần của hợp thể đó đều không có thực thể tuyệt đối.

Tư duy như thế, cũng như tư duy về lý vô thường, theo ý tôi là đặc biệt thích hợp với các xã hội Âu - Mỹ, vì nơi ấy khái niệm về vô thường rất dễ nhận biết. Nhờ sự tiến bộ của khoa học, khái niệm này đã được chứng minh trong các phòng thí nghiệm đến nỗi không những các chuyên gia đã phải chấp nhận mà công chúng cũng đồng ý nữa. Nếu không suy nghĩ đến thì sự thật này không trình hiện rõ ràng trước mắt chúng ta, nhưng chỉ cần chịu để tâm đến, chúng ta có thể quán chứng hiện tượng vô thường một cách dễ dàng.

Ngày xưa, khi chưa có những máy móc kỹ thuật tân tiến như hiện nay, người ta vẫn phải tìm phương tiện để suy tư về vô thường. Ngài A Đề Sa đã tuyên bố rằng để thực hiện được điều đó, nhất là đối với cuộc sống, tốt nhất là hãy ra bờ sông, ngắm dòng nước chảy và tự bảo rằng, cũng y như thế, dòng đời của chúng ta cũng trôi mãi không bao giờ ngừng.

Hiện nay chúng ta không cần phải đi đâu xa. Thường thì ai cũng có nơi cổ tay một món vật có thể đóng vai trò người thầy tuyệt hảo cho mình, vị thầy giỏi nhất của pháp môn vô thường. Tôi muốn nói đến cái đồng hồ đeo tay. Miễn là nó chạy, thì các cây kim của nó di động không ngừng trên mặt kính. Sự di động không ngừng này biểu trưng cho thời gian đang trôi qua. Điều chúng ta cần làm là nối kết sự kiện này với chính chúng ta, thì chúng ta sẽ hiểu rằng cuộc đời của mình cũng đang trôi qua một cách không kém vô tình như thế.

Quý vị có biết ngài **Kelsang** Gyatso, Đạt-lai Lạt-ma thứ 7 (1708-1757) từng nói gì không? Ngài nói: *"Ngay khi chúng ta sinh ra, cuộc sống không thể dừng lại nữa, và chúng ta không ngừng chạy hết tốc* lực đến cái chết của mình. **Đúng, chúng ta đang sống đó, nhưng như một tên tử tội đang bị lôi đến pháp trường, chúng ta đang trên đường trực chỉ đến cái chết. Thật đáng sầu não lắm thay!"**

Tử tội! Quý vị cũng biết là hiện thời rất nhiều tội nhân đang bị xử tử.[1] Suy nghĩ kỹ, đó không phải là sự thật hay sao? Đức Đạt-lai Lạt-ma thứ 7 đã miêu tả tình trạng hiện thời của chúng ta một cách chính xác. Chúng ta đã sinh ra, và ngay sau đó chúng ta bị cuốn hút vào **dòng** trôi chảy và cả vào cuộc đua với thời gian. Đừng mong rằng mình có thể **chặn** đứng nó lại, dẫu trong khoảnh khắc. Không có vấn đề tạm nghỉ, không thể có chuyện đó! Sinh ra có nghĩa là bắt đầu chạy, mà còn chạy hết tốc lực nữa, về trạm cuối - cái chết.

Phải, chúng ta nói là chúng ta đang sống. Đúng vậy. Mà những người đang sống là chúng ta đây bị bắt buộc phải bước, đúng hơn là phải chạy trên một con đường dẫn đến cái chết một cách chắc chắn. Thật sự chúng ta giống như những tên tử tội đang bị lôi đến pháp trường.

Quý vị hẳn cũng nhớ trong **kinh *"Phổ Diệu"***, đức Phật đã nói y như thế. Vừa mới nhập thai xong, ngay giây phút thứ hai, tất cả chúng sinh đều phải tiến đến tử thành, từng giây từng phút, không có một lúc nào tạm ngừng nghỉ được. Còn gì đúng hơn?

---

[1] Tháng giêng năm 2007, nhiều án tử hình được thi hành ở Irak, Mỹ và nhiều quốc gia khác.

Nhưng phải có sự thụ thai. Tất cả những điều này đều sẽ không thể xảy ra nếu không có sự ra đời. Tôi xin nhắc lại là theo nhãn quan Phật giáo, sự ra đời xảy ra đồng thời với sự thụ thai. Ngay từ giây phút một người ra đời, ngay lập tức, tiến trình [chạy đua] bắt đầu và tiếp tục không ngừng cho đến cái chết, *"không một lúc nào tạm ngừng"*, như đức Phật đã thuyết. Không có chuyện ngừng nghỉ xả hơi trong phút chốc. Sống là một cuộc hành trình đi tới, phút này nối tiếp phút kia, ngày này nối tiếp ngày kia, khởi điểm là lúc sinh ra và điểm **kết thúc** là cái chết.

Giữa quý vị, chắc hẳn có một vài người đang tự bảo: "Trời đất! *Rinpoche* đang nói gì kìa? Thầy không ngừng nhắc đi nhắc lại là chúng ta sẽ chết, chết không có lối thoát. Thầy nói gì đâu toàn chuyện dễ sợ, kinh khiếp quá! Ngày lễ cuối tuần nắng đẹp thế này mà thầy làm cho mất vui hết, thật là phí của!"

Tôi không hề có ý định hù dọa quý vị, làm cho quý vị ưu tư lo nghĩ không phải lúc như thế! Vấn đề là nhìn thẳng vào sự thật. Cái chết là một thực tại *"được khoa học chứng nghiệm"*. Quý vị nghĩ sao? Quý vị có nghĩ rằng đây là một sự thật không thể chối cãi hay chúng ta còn có thể đặt nghi vấn? Thật sự, không những đây là một sự thật đã được kiểm chứng mà còn có thể nói thẳng rằng đây là một sự thật quá rõ ràng! Tuy nhiên, **dù sự thật đã rành rành trước** mắt, nhưng không phải ai cũng muốn thấy. Tuy rõ biết việc này có thật, nhưng có người muốn quay **mặt** nhìn chỗ khác hay che mắt đi để khỏi thấy.

Theo tôi, đó không phải là một thái độ đúng đắn cho lắm. Nhưng vì ở đây chúng ta đông người, rất có thể có nhiều vị có ý kiến hoàn toàn khác biệt **về** vấn đề này! Tôi biết thế vì xưa kia tôi có một người bạn đồng nghiệp khi còn dạy ở trường Ngôn ngữ và Văn Minh Đông Phương (*Langues'O*). Ông ta tốt nghiệp đại học và là một "***khoa học gia chân chính***", ông ta tự giới thiệu như thế, thì chắc hẳn là phải đúng. Tóm lại, đó là một người tự xưng giữa công cộng là mình có một lối tiếp cận rất khoa học. Một hôm trong câu chuyện, tôi đề cập đến cái chết và lý vô thường, thì ông bạn đồng nghiệp ấy la toáng lên:

- Đừng bao giờ, đừng bao giờ nói với tôi những chuyện đó, tôi không muốn nghe nhắc đến. Tôi biết là nó có thật, tôi biết là ai cũng có ngày phải chết nhưng tôi không muốn nghĩ đến trước. Không bao giờ!

Từ chối nhìn vào sự thật và không muốn nhắc đến chắc chắn không phải là biện pháp tốt nhất. Gần giống như một người bệnh nặng và đau đớn, lấy thí dụ là bệnh ung thư ở thời kỳ trầm trọng. Hãy tưởng tượng là người ấy đang bị căn bệnh hoành hành rất thống khổ. Người ấy cảm thấy xấu hổ và không muốn nhắc tới nên giữ kín bệnh tình, không dám nói thật cho thân nhân biết. Tại sao? Hơn nữa, càng **giấu giếm** không lo chữa trị, bệnh càng trầm kha. Chờ lâu không chịu khám bác sĩ thì bệnh càng ngày càng khó chữa, và có thể không còn chữa được nữa cũng nên.

Khi ta có gì lo lắng trên phương diện sức khoẻ, thay vì làm con đà điểu vùi đầu xuống cát để khỏi thấy rồi tự bảo *"chuyện gì rồi sau hẵng hay, tôi không muốn nghĩ tới, và càng không muốn nói tới nữa"*, lo đối trị ngay lập tức không phải là khôn ngoan hơn sao? Chuyện đầu tiên phải làm là gặp bác sĩ để được chẩn bệnh. Và sau khi khám nghiệm, thử máu... và tìm ra bệnh, thì phải tuân hành những phương pháp trị liệu được đề nghị. Phải thử qua tất cả. Với một chút may mắn, có thể thuốc này hay thuốc kia sẽ có công hiệu, nhờ thế hoặc ta lành bệnh hẳn hay được thuyên giảm, và điều ấy rất tốt. Nếu chúng ta ở vào một thời kỳ quá trầm trọng hay vướng phải một căn bệnh nan y, bởi vì chúng ta đã thử làm tất cả những gì cần làm và đã nhìn thẳng vào sự thật, ta sẽ không có gì phải hối tiếc. Lúc đó, ta phải chấp nhận sự thật.

Trong trường hợp đó, một Phật tử nên nghĩ tới luật nhân quả, nghĩa là sự quan hệ giữa nghiệp lực và sự báo ứng. Theo ý tôi, hành động như thế tốt hơn vì hợp lý hơn.

Trong trường hợp ta là một người thực tế và đã hành động một cách chín chắn, có trí tuệ, thì ta phải biết vì mình là một con người, tức là một pháp hữu vi, và chính vì lẽ đó nên vô thường. Dầu muốn dầu không, bản chất của chúng ta là chỉ có thể sinh và diệt từ niệm này đến niệm khác, nghĩa là chúng ta không thể trụ trong hai niệm liên tiếp một cách bất biến. Chắc chắn có những sự thay đổi diễn ra trong chúng ta, và chúng ta không thể kháng cự lại được. Sự việc diễn tiến một cách máy móc.

Bởi vì mọi sự diễn ra như thế, ta không làm được gì, từ chối không muốn thấy và nhất là từ chối không muốn nghĩ đến sẽ không ích lợi gì cho ta cả. Tốt hơn hết là sự việc ra sao thì hãy thấy nó là như vậy, và tự chuẩn bị cho cái việc mà ta không tránh được ấy. Dầu chúng ta là ai đi nữa cũng nên mở mắt ra và thấy rằng mình nằm dưới sự chi phối của luật vô thường thì tốt hơn. Chính vì thế, nếu chúng ta chấp nhận sự luân hồi - như các Phật tử và nhiều người khác - chúng ta sẽ tự nhủ: "Chắc chắn là tôi sẽ chết. Đó là vì tôi đang chịu luật luân hồi [thô], và cả luật luân hồi [vi tế] đang diễn ra từ sát-na này đến sát-na khác. Nhưng hễ còn sống, tôi sẽ cố gắng tận dụng tối đa thời gian còn lại."

Trạng thái tâm thức đó sẽ cho phép chúng ta thành tựu những việc quan trọng hơn nhiều, tức là đi thẳng vào việc chính yếu thay vì mất thì giờ vào những chuyện vô bổ. Là Phật tử, chúng ta có thể nói: "Trước khi thần chết đến rước, ta phải tu tập thế nào để không còn phải trôi lăn trong sinh tử một cách thụ động nữa mà trái lại đạt được giải thoát. Lý tưởng nhất là đạt được một sự tự do hoàn toàn đối với vấn đề luân hồi. Nhưng dầu cho không làm chủ được tình thế, ít nhất ta phải làm sao sử dụng phần đời còn lại để sau khi chết nắm chắc phần thắng mà hướng đến một cõi tái sinh tốt, thuận lợi cho ta tiếp tục nỗ lực tiến đến mục đích."

Nếu chúng ta không chấp nhận thuyết luân hồi, và tin tưởng rằng chỉ vỏn vẹn có một đời sống độc nhất tức là cuộc sống này đây, thì chúng ta vẫn có lợi lạc nếu ý thức được bản chất vô thường của mình, để có thể lợi dụng tối đa cuộc sống hiện tại. Bằng cách đó, đến giờ phút cuối cùng, chúng ta sẽ không còn gì để hối tiếc và có thể tự **nhủ** rằng: "Ta đã hoàn thành **những** gì mà ta muốn làm nhất" hay là "Ta đã chu toàn bổn phận", hoặc kết luận rằng "Ta đã làm hết sức của mình, ta không hối tiếc gì nữa".

5. Phật tại tâm

"Vì tâm là nhân của trí huệ bát-nhã, đừng tìm tánh Phật ở đâu khác."

Nhờ hiểu được tâm **là** đạt được **trí** Bát-nhã, nên **quán chiếu** viên mãn **nhất là** [biết được] không cần tìm Phật tính ở một nơi nào khác.

Phát biểu thứ **năm này** vừa là câu kết luận, vừa là tổng hợp của bản kinh này. Thật thế, qua **năm** điều mà Ngài xiển dương, đức Phật đã vạch ra cả một con đường.

Ta bắt đầu bằng **cách** quán sát cẩn thận những **tai** hại của thế giới *Ta-bà* và phát khởi lên tâm xả chấp, và khi nhận thức rõ những khổ đau đang chờ đợi mình nếu cứ tái sinh mãi trong cõi *Ta-bà*, ta không thể cam lòng được nữa mà chỉ còn mỗi một ý muốn là **xuất** ly. Hiểu rõ cõi Ta-bà đối với ta **tai** hại ra sao rồi, cần **phải phát triển ý** nghĩ đó **hướng đến** người khác. Khi ta thấy người khác cũng phải chịu cùng những khổ đau như mình, ta cảm nhận rằng đối với người khác cũng như đối với ta, điều ấy không thể chấp nhận được! Thế thì, sau khi khởi tâm xả chấp trước những khổ đau của chính mình, cần phải phát triển tâm từ bi, tâm đại bi, và cảm thấy bất bình trước sự khổ đau của người khác. **Do sự** thúc đẩy bởi tâm đại bi, ta bèn quyết định ra tay hành động để cứu người khác thoát mọi khổ đau, điều này dẫn đến việc phát **tâm** *Bồ-đề,* vì càng suy nghĩ ta càng thấy phải **đi đến** kết luận rằng để giúp đỡ người khác một cách hữu hiệu và cứu họ thoát mọi khổ đau một cách chắc chắn, biện pháp duy nhất là chính mình đạt đến quả vị Phật càng **nhanh** càng tốt.

Tóm lại, ta bắt đầu từ tâm xả chấp để khởi **tâm** đại bi, dẫn đến việc phát **tâm** Bồ-đề. Tâm cuối cùng này quan trọng nhất. Nhưng vì mục đích là đạt đến Phật quả **nên** tâm này vẫn chưa đủ: phải kết hợp tâm này với trí huệ tánh Không, nghĩa là trí huệ thấy biết sự vắng mặt của tự tánh nơi mọi sự hữu.

Hiểu được **các** pháp **đều là** Không trong một khoảng thời gian đặc biệt nào đó vẫn chưa đủ. Một khi đã bước lên đến trình độ hiểu biết ấy rồi, ta phải tiếp tục kiên trì và **tu** tập cho tâm thức quen thuộc với quan điểm mới mẻ này. Sự phối hợp giữa tâm *Bồ-đề* và trí tuệ trực ngộ tánh Không **sẽ** đối trị và cuối cùng phá tan tất cả các màn chướng vốn che phủ tâm của phàm phu. Các màn chướng này, quý vị đã ghi nhận, vốn chỉ là từ bên ngoài đến, nghĩa là do trần cảnh tạo ra. Khi tâm đã được gột sạch [những bụi trần này] cho đến các tầng lớp **sâu thẳm nhất**, tức là vi tế nhất của hai loại che chướng,[1] thì người này trở thành một vị Phật. Nói cách khác, người thành Phật là người mà tâm đã vĩnh viễn loại bỏ hai loại che chướng trên tất cả bình diện, kể cả các bình diện vi tế nhất của chúng.

Từ những điều này ta rút ra được rằng, cuối cùng, cái [sẵn có] trong ta mà một ngày nào đó sẽ thành Phật chính là dòng tương tục, là tâm của chúng ta. Chúng ta khám phá Phật ở đâu, nếu không phải là ở trong tâm ta? Chính tâm ta phải được chuyển hóa thành Phật. Đức Phật cũng nói đúng như thế ở đây: "Không cần phải đi tìm Phật - tính Phật - ở ngoài quý vị. Phải tìm ở bên trong tự thân mình. Hãy làm cho tính Phật này hiển lộ trong mình. Hãy làm cho tâm quý vị thăng tiến cho đến khi thành Phật."

Vì đề tài này khá quan trọng, hãy trở lại nhìn dưới một góc độ hơi khác một chút. Nếu chúng ta cẩn thận đọc lại điểm thứ năm trong lời dạy của đức Phật, ta sẽ hiểu rằng trên phương diện chân đế không hề có sự khác biệt giữa bản thể tâm của một đức Phật và bản thể tâm của chúng ta, những kẻ phàm phu. Ngược lại, trên phương diện tục đế, sự khác biệt rất rõ rệt. Tâm của đức Phật không hề bị nhiễm ô bởi bất cứ sự che chướng ở bất cứ trạng huống nào, thí dụ như phiền não hay gì khác, trong khi đó tâm chúng sinh thì luôn bị các che chướng bao phủ. Phải thấy rõ rằng, chỉ có bản chất tương đối của tâm mới bị tạm thời che phủ, còn bản chất tuyệt đối

---

[1] Hai loại che chướng là phiền não chướng và sở tri chướng.

của nó thì không. Bản chất này **bình đẳng** giữa tất cả hữu tình, Phật và chúng sinh không khác.

Phân tích như thế đem lại gì cho ta? **Vì** còn là phàm phu, chúng ta nên phối hợp phương tiện thiện xảo và trí tuệ tánh Không hay *vô ngã*. Phương tiện thiện xảo là khởi tâm *Bồ-đề* trên căn bản đại từ và đại bi, cả hai **[tâm này] được** gọi là "*đại*" vì chúng bao hàm tất cả chúng sinh đau khổ không chừa một ai. Tư duy về **tâm *Bồ-đề*** phối hợp với trí tuệ trực ngộ *vô ngã* có công năng làm cho chúng ta thành tựu được "*phúc trí nhị nghiêm*": vừa phát triển trí tuệ, chúng ta vừa tích lũy được rất nhiều phước đức.

Con đường này dẫn ta **đến** đâu? Khi đạt tới mức độ viên mãn, trí tuệ của một cá nhân vốn từ trước đến nay chỉ là một phàm phu sẽ biến chuyển thành "*Trí pháp thân*" (Jñāna-dharmakāya)[1] của một đức Phật. Trong tiến trình tu tập trí tuệ, một cá nhân sẽ lìa bỏ các lậu hoặc và các màn **che** chướng, các thứ này sẽ trở thành "*Đoạn đức*"[2] của vị Phật mới thành.

---

[1] Trí pháp thân (智法身): một trong Nhị pháp thân của chư Phật, được dùng để phân biệt với Lý pháp thân (理法身).

[2] Đoạn đức (斷德): một trong Nhị đức của chư Phật, được dùng để phân biệt với Trí đức (智德). Tất cả liễu nhân của chúng sinh, khi thành Phật sẽ chuyển thành Trí đức, có công năng soi rõ hết thảy mọi sự lý; tất cả duyên nhân của chúng sinh, khi thành Phật sẽ chuyển thành Đoạn đức, có công năng đoạn trừ hết thảy mọi vọng hoặc. Trí đức chính là Bồ đề, còn Đoạn đức chính là Niết-bàn của chư Phật. Về ý nghĩa của liễu nhân và duyên nhân, xin xem kinh Đại Bát Niết-bàn, quyển 21, bản Việt dịch của Nguyễn Minh Tiến, NXB Tôn giáo - 2009.

Thế thì, theo Phật giáo, nếu muốn thăng tiến và đạt quả vị Phật, không thể hướng ra bên ngoài mà tìm được kết quả. Thật ra, đó là những điều mà ta không thể tìm kiếm ở bên ngoài. Ta muốn thành Phật? Nếu muốn, thì phải hạ thủ công phu tu trì. Sự tu trì này gồm có những pháp môn tịnh hóa và sự tích lũy công đức. Nói giản dị hơn, phải xả bỏ những tập khí xấu, những lậu hoặc đã tích chứa từ vô thủy. Cùng lúc phải tu phước và tu huệ. *"Phước huệ song tu"* cũng có nghĩa là vun bồi nhiều đức hạnh, trong đó có trí huệ. Khi phối hợp sự tịnh hóa với phước-trí thì một người có thể chuyển hóa địa vị phàm phu của mình để chứng được quả giác ngộ của một vị Phật. Hãy ghi nhận rằng chính đức hạnh của người này đã biến chuyển thành đức hạnh của một vị Phật. Chính tâm người này đã biến thành *Nhất thiết trí* của Phật. Vì thế, tìm cầu sự giác ngộ ở bên ngoài là một ảo tưởng.

Một sự thăng tiến như thế có thể thành tựu được bởi vì, ít nhất là theo Phật giáo, tất cả chúng hữu tình đều hàm chứa *"Như Lai tạng"* (Tathāgata-garbha). Từ ngữ tiếng Phạn này ta còn có thể dịch là "tánh Phật", "hạt giống Phật".

Như Lai tạng là tiềm năng thành Phật. Tiềm năng này sẵn có trong tất cả hữu tình, loài người hay các loài khác. *Như Lai tạng* này là gì? Các triết gia Phật giáo đề nghị nhiều định nghĩa, trong đó có ba định nghĩa chính.[1] Nhưng đây là một đề tài tự nó riêng biệt và khá phức tạp. Ở đây cần thiết nhất là chúng ta hiểu rằng đức Phật khuyên hãy xem kỹ hơn những khả năng ẩn tàng trong mỗi chúng ta. Nói rằng trong mỗi chúng ta đều hàm chứa Như Lai tạng, có nghĩa là ai cũng có thể thăng tiến và đạt đến trạng thái viên mãn mà Phật giáo gọi là "tánh Phật". Khi hiểu và tin chắc điều này rồi, chúng ta chỉ cần hạ thủ công phu và áp dụng các phương tiện cần thiết để đạt đến mục đích.

*

Chúng ta vừa xem qua hai quyển kinh nói về những trạng thái tâm thức nên có vào giờ phút cuối của cuộc đời. Như thế, chúng ta có thể thấy rằng có rất nhiều sự chọn lựa khác nhau để giúp đỡ một người lâm chung, huống chi hai quyển kinh này chỉ đề cập đến những khía cạnh chính, chứ không liệt kê hết tất cả những trạng thái tâm thức thuận lợi cho người lâm chung.

Tuy nhiên, dầu người lâm chung là người khác hay là chính chúng ta, để đạt được các trạng thái tâm thức nói trên trước khi trút hơi thở cuối cùng, hiển nhiên là nếu chúng ta có tập luyện trước, có kinh nghiệm trước về những trạng thái này thì trong

---

[1] Ba định nghĩa chính của Như Lai tạng là: 1. Tất cả hữu tình đều có tánh Phật, đều có thể thành Phật. 2. Tâm của tất cả hữu tình đều Không, không có tự tánh, tâm phàm phu và tâm Phật bình đẳng không khác. 3. Tất cả tâm phàm phu đều có tiềm năng trở thành Nhất thiết trí.

những giây phút rất tế nhị lúc sắp lìa đời, chúng ta **sẽ** có thể **sinh** khởi chúng trong tâm một cách dễ dàng hơn.

Để chuẩn bị một trạng thái tâm thức tốt vào giờ lâm chung, theo Phật giáo **thì** quan trọng nhất là **phải** giữ thiện giới. Vì tuy đức hạnh nào cũng rất có lợi cho người sắp lìa trần, nhưng trong tất cả các đức hạnh mà ta có thể trau dồi trong trường hợp này, giới **hạnh** có tác dụng trực tiếp nhất, vì chỉ có thiện giới mới có **công** năng giúp ta lìa xa ác nghiệp và tích **lũy** thiện nghiệp. Nhờ giữ thiện giới mà **sau** khi nhắm mắt lìa đời ta có thể hướng đến một nẻo tái sinh tốt. Nếu ta không thể giữ tất cả các giới thì ít nhất **cũng** cần giữ một giới, miễn là **phải** giữ cho thật nghiêm **túc, như vậy đã là** rất có ích cho ta. Điều này thì mọi người, **chắc chắn** là tất cả mọi người đều có thể làm. Hãy lấy thí dụ **về** giới **không giết hại**, nghĩa là ta **phát khởi** quyết **tâm** không giết hại. Lý tưởng nhất là **ta** không giết hại bất cứ sinh mạng nào, nhưng **điều này** không phải ai cũng có thể **giữ được** trong mọi lúc. Nếu ta không giữ được giới **không giết hại** một cách **trọn vẹn** (tức là không giết hại bất cứ chúng sinh nào, dưới bất cứ hình thức nào), chúng ta vẫn có **thể giữ được giới không giết hại ngay cả khi** ta là **một** thợ săn. **Về** nguyên tắc, thợ săn là người **phải giết hại để** mưu sinh, nhưng một người thợ săn vẫn có thể giữ giới **không giết hại, chẳng hạn như** bằng cách phát nguyện rằng: "Tôi không thể bỏ nghề thợ săn, **nhưng** tôi nguyện từ nay sẽ không giết **loài thú này nữa.**" Thú vật có rất nhiều **loài**, người thợ săn có thể quyết **tâm** không giết một trong những **loài** thú như **cách** nói trên. Như thế, đối với **riêng loài** thú ấy, **ông ta** đã có thể giữ giới một cách đúng đắn, và làm như thế **cũng** rất có lợi cho **ông ta** trong đời này cũng như đời sau, [hơn là **không giữ giới gì cả**].

Có một cách khác để giữ giới, tuy hạn hẹp nhưng vẫn đúng đắn, đó là không tự hạn chế các **loài** chúng sinh nữa mà **tự đặt ra giới hạn** thời gian. Lấy lại thí dụ người thợ săn ban nãy. Người này có thể tự **nhủ**: "Tôi không thể hoàn toàn **từ bỏ nghề** săn bắn, nhưng từ **nay** tôi phát nguyện không săn bắn ban ngày nữa mà chỉ săn bắn ban đêm." Hoặc ngược lại, **ông ta** có thể nói: "Từ nay tôi chỉ săn bắn ban ngày mà thôi, và bắt đầu từ lúc màn đêm buông xuống cho tới bình minh hôm sau tôi quyết không săn bắn nữa." Nếu giữ vững **được** quyết định trên là **ông ta** đã có giới, tuy không trọn vẹn thật nhưng vẫn thuộc về thiện giới.

Tôi khẳng định rằng những điều vừa nói **trên** đều có ghi rõ trong kinh sách do Phật **dạy**, chứ không phải là một phát **kiến mới** của **bất cứ** ai hay là chính tôi, **càng** không phải là một **kiểu** thỏa hiệp để cho việc giữ giới được dễ dàng hơn. Thật thế, điều này có thể tìm thấy trong các kinh điển mà đức Phật giảng cho một trong Thập đại đệ tử của ngài, tôn giả Ca-chiên-diên, hoặc trong các luận giải của ngài Vô Trước, khi ngài liệt kê 10 nghiệp bất thiện và chỉ dẫn 10 phương pháp để có thể tránh phần nào các nghiệp bất thiện ấy.

Ở đây chúng ta chỉ đưa ra một vài thí dụ, nhưng ngài Vô Trước đã đưa ra tới 100 phương pháp để giữ giới bằng cách này hay cách khác. Ngài chỉ dẫn **mười cách để giữ một phần giới không giết hại**; rồi cũng thế, ngài chỉ dẫn **mười** cách để giữ giới trộm cắp, tà dâm v.v... Như thế, với **mười** giới bất thiện thì ta có 100 phương pháp để có thể giữ một phần nào các giới luật.

Như ta đã biết, những ai muốn giúp đỡ người lâm chung **thì** quan trọng nhất là **phải làm thế** nào nói lên những lời khuyên thích hợp vào một thời điểm thích hợp, giúp cho người lâm chung **an trụ** được vào một trạng thái tâm thức **hiền** thiện, tốt lành. Nhưng ngoài việc này ra, **còn** có những phương pháp khác để giúp một người lâm chung, như cầu nguyện cho họ, hay là tạo công đức và **hồi** hướng công đức ấy **về** cho họ.

Chúng ta vừa bàn xong những phương pháp có công năng giúp đỡ người lâm chung. Nhưng rồi sau đó, làm sao giúp đỡ một người đã vào thân trung ấm? Câu hỏi này chỉ có liên quan đến những người tin có tái sinh, vì nếu quả quyết rằng cuộc sống chỉ giới hạn trong mỗi một đời này mà thôi thì câu "*giúp người* đã vào *thân trung ấm*" không có một ý nghĩa nào cả.

Giả sử chúng ta tin có tái sinh, và muốn giúp đỡ một người đang tạm thời trong cõi trung hữu. Hoàn cảnh của mỗi người trong cõi trung hữu có thể rất khác biệt, nhưng nói chung thì không dễ dàng, và chúng sinh trong cõi này thường phải chịu đựng nhiều khó khăn, nhiều khổ đau. Điều này dĩ nhiên tùy thuộc vào nghiệp lực đưa đẩy, tùy thuộc vào những thói quen mà họ đã tạo hay không có lúc **còn** sống.

Nhưng nói tóm lại, đối với **đa** số thì khoảng thời gian trong cõi trung hữu không dễ dàng chút nào, và nếu muốn giúp những chúng sinh trong cõi ấy, điều chúng ta làm được là cầu nguyện và tạo công đức để hồi hướng cho họ. Việc làm công đức có thể là bất cứ việc gì, miễn là **hiền** thiện, **tốt** lành thì chúng ta đều có thể hồi hướng cho họ, thí dụ như cầu nguyện, tụng kinh, tụng chú hoặc cúng dường, làm việc từ thiện. Thế thì những việc **hiền** thiện và mang lại lợi ích cho tha nhân có thể nhiều vô kể, miễn là làm việc ấy rồi chúng ta hồi hướng cho người trong cõi trung hữu để giúp đỡ họ là đủ.

Đúng vậy, theo quan điểm Phật giáo, khi có một chúng sinh chết và tái sinh trong cõi trung hữu, họ không hề được hưởng một chế độ tuyệt đối bình đẳng, vì thật ra có nhiều loại trung hữu. Có những cõi trung hữu dẫn dắt đến những kiếp tái sinh tốt như cõi **trời**, và có những cõi dẫn đến những con đường **xấu** ác như kiếp súc sinh. Điều này tùy thuộc vào các nghiệp lực đã thành thục trong tâm người lâm chung ngay trước khi tâm thức ở bình diện thô của họ ngừng hoạt động.

Hãy tưởng tượng một người có nghiệp ác đã thành thục, khi ánh quang minh của sự chết vừa chấm dứt, họ đã tái sinh vào cõi trung hữu, mà lẽ ra sẽ đưa họ đến kiếp tái sinh của súc vật. Nếu họ phải đương đầu một mình, nếu không có ai giúp đỡ họ, thì họ sẽ tái sinh ngay trong thân một con thú. Nhưng nếu có người can thiệp để giúp họ bằng cách hồi hướng công đức cho họ sau khi thực hiện những việc hiền thiện tốt lành như bố thí chẳng hạn, thì hoàn cảnh của họ liệu có phải là vô phương cứu vãn hay không?

Phần đông Phật tử sẽ trả lời *"không"*, và những nghiệp súc sinh đã thành thục vào giây phút cuối cùng của đời sống không nhất thiết sẽ đưa họ đầu thai vào cõi súc sinh. Nếu được sự giúp đỡ từ bên ngoài, họ sẽ có cơ hội chuyển qua một cõi trung hữu khác lợi lạc hơn, và điều đó có thể đưa họ tái sinh về cõi người, hay cõi trời không chừng. Đó là lý do vì sao người Phật tử quan niệm rằng việc giúp đỡ một người sau khi mạng chung rất cần thiết và quan trọng, nếu tin rằng người ấy vẫn còn mang thân trung ấm.

Đến đây thì ta có thể tự hỏi, làm sao mà việc những người khác gom góp công đức lành và hồi hướng cho một chúng sinh trong cõi trung hữu có thể tác động đến chúng sinh ấy, và sẽ giúp họ trong việc gì? Nghĩa là đã có một sự thay đổi, nhưng thay đổi như thế nào?

Đúng vậy, khi một chúng sinh ở trong cõi trung hữu, nhất là một cõi trung hữu mà lẽ ra sẽ dẫn dắt đến kiếp súc vật, thì chúng sinh ấy khó có thể phát khởi một trạng thái tâm thức đức hạnh, một trạng thái tâm thức tốt lành. Nhưng nếu có những người ngoài, những người tạo công đức với một động cơ tốt lành và hồi hướng cho chúng sinh nói trên một cách chân thành và đúng pháp, thì điều này có thể tác động lên thân trung ấm của chúng sinh kia đến mức độ có thể giúp họ sinh khởi một trạng thái tâm thức tốt lành và hữu ích, điều mà họ không làm được lúc lâm chung. Và điều này có thể làm cho những nghiệp lành trong tâm thức chúng sinh ấy trở nên thành thục [sớm hơn], nên thay vì ở lại trong một cõi trung hữu mà kết thúc là tái sinh trong thân thú vật, thì ngược lại chúng sinh ấy sẽ có khả năng tạm gọi là chuyển sang một cõi trung hữu khác để tái sinh vào một cõi tốt đẹp hơn.

Có một câu hỏi khác là, làm sao chúng ta có thể chấp nhận rằng một chúng sinh trong cõi trung hữu có khả năng, ngay cả trong trạng thái này, khởi sinh những tư tưởng đức hạnh, hiền thiện? Đó là vì tâm của tất cả mọi chúng sinh, nghĩa là bao hàm cả tâm của những chúng sinh trong cõi trung hữu, là một hiện tượng rất vô thường, rất dễ thay đổi. Chúng ta dùng chữ "tâm" để đơn giản hóa vấn đề một chút, sự thực thì điều chúng ta đang nói đến là một dòng tâm thức tương tục, luôn luôn lưu chuyển. Và thật ra, trong sự chuyển tiếp không ngừng của dòng tâm tưởng thiên sai vạn biệt ấy có thể xảy ra những sự chuyển hóa đáng kể. Nghĩa là một người, bao hàm cả người đã thác vào cõi trung hữu, trong một lúc nào đó có những tư tưởng xấu ác và độc hại, lại rất có khả năng khởi lên những tư tưởng đức hạnh và

hiền thiện ngay trong **niệm tưởng** sau đó chỉ vì hoàn cảnh đã thay đổi. **Vì thế,** khi nhân duyên hồ hợp trong một chiều hướng tốt đẹp hơn thì một **người vừa** có những tư tưởng **bất thiện** trong **niệm tưởng** trước **đó** có thể **nảy** sinh những tư tưởng vô cùng đức **hạnh trong niệm tưởng tiếp theo sau.**

Như vậy, một người vừa kết thúc cuộc đời một cách bất lợi **vẫn** có thể **có được một** cơ hội để chuyển **sang** chiều hướng tốt đẹp hơn nhiều nhờ được giúp đỡ như đã nói trên. Chính vì lẽ đó mà Phật giáo cho rằng tiếp tục giúp đỡ một người dầu đã quá cố là điều vô cùng quan trọng, và đặc biệt là trong vòng 49 ngày sau khi người này lìa đời. Vì sao? Vì theo quan điểm Phật giáo thì khi một người chết đi và sinh vào cõi trung hữu, họ sẽ trụ ở trong cõi này cho đến khi tìm được những điều kiện phù hợp với kiếp tái sinh được định đoạt bởi những nghiệp lực đã thành thục của họ. Có thể những điều kiện cần thiết này sẽ xuất hiện rất mau lẹ, nhưng không **nhất định như vậy. Trong trường hợp đó,** chúng sinh này sẽ trụ ở cõi trung hữu trong một thời gian rất ngắn. Nhưng nếu không tìm được những điều kiện thích hợp thì sao? Theo Phật giáo thì mạng sống của một chúng sinh trong cõi trung hữu không vượt quá **bảy** ngày. Nghĩa là sau **bảy** ngày, nếu người này chưa tìm ra những điều kiện cần thiết để tái sinh thì **nhất định người ấy sẽ** phải chết đi để tái sinh trở lại cũng trong cõi trung hữu. Và điều này chỉ có thể **lặp** lại **không quá bảy** lần liên tiếp, nghĩa là **chúng sinh** chỉ có thể trụ trong cõi trung ấm 49 ngày mà thôi, với những thọ mạng tối đa là 7 ngày. Chính vì lý do này mà cứ mỗi 7 ngày, người Phật tử sẽ **tìm đủ mọi** cách để tích tập công đức, làm điều thiện bằng cách này hay cách khác và hồi hướng cho thân nhân vừa mới mạng chung, vì họ tin rằng trong trường hợp người quá vãng chưa tìm được điều kiện thích hợp thì **vẫn** còn phải đương đầu với một cái chết và một sự tái sinh mới trong cõi trung hữu, và chính ở những giây phút chuyển tiếp ấy ta mới có thể giúp đỡ hương linh một cách trực tiếp.

Ta còn có thể giúp đỡ một thân nhân một thời gian lâu dài sau khi người này đã qua đời không? Theo Phật giáo thì có thể. Bằng cách nào? Bằng cách cầu nguyện và làm công đức hồi hướng cho họ y như khi họ còn ở trong cõi trung hữu, **bất** kể họ đã qua đời từ bao nhiêu năm trước.[1]

Có một cách khác để giúp đỡ các sinh linh, không **chỉ riêng** loài người mà **còn là** tất cả chúng sinh hữu

---

[1] Điều này được thực hiện trên cơ sở tâm thức là một dòng tương tục. Vì thế, cho dù một người thân của ta qua đời đã bao lâu đi chăng nữa, điều chắc chắn là tâm thức của họ vẫn đang hiện hữu ở đâu đó trong cõi luân hồi. Chỉ cần ta hướng tâm về họ và hồi hướng mọi công đức đã làm thì họ sẽ nhận được những tác động tốt đẹp từ việc làm của ta, và điều đó có thể giúp cho đời sống hiện tại của họ được tốt đẹp hơn, thậm chí có thể tạo những chuyển biến cực kỳ lớn lao nếu như cảnh giới họ đang thọ sanh là một cảnh giới của những chúng sinh quá ít phước đức. Điều này cũng tương tự như khi ta gửi thực phẩm cứu trợ đến những vùng đang đói kém. Nhưng ngay cả với những người thân có tái sinh tốt đẹp thì việc làm của ta cũng giúp họ vun bồi thêm phước đức. (ND)

tình đã mạng chung, đó là dùng những chất liệu đã được chú nguyện đặt trên tử thi, hoặc trên tro, xương cốt còn lại của họ. Ở đây cần cử hành một số lễ nghi, trì tụng một số câu chú để chú nguyện vào những chất liệu như nước, cát, hay bất cứ gì khác. Trong Phật giáo [Tây Tạng], người ta tin rằng nếu đổ những chất ấy lên di thể của hương linh mà ta muốn hộ trì, với một lòng tin và sự cầu nguyện chí thành, thì điều này có thể giúp ích cho họ. Đây là một cách nhìn hoàn toàn theo Phật giáo [Tây Tạng], dĩ nhiên những người thuộc về các tôn giáo khác không nhất thiết phải đồng ý. Nhưng dầu sao đi nữa, người Phật tử [Tây Tạng] nhìn sự việc như thế.

Nhưng khi người Phật tử xử sự như vậy đối với một sinh linh đã qua đời từ lâu, thì họ hy vọng giúp đỡ sinh linh này bằng cách nào? Nếu sinh linh này đang sống một cuộc sống mới, họ tin rằng họ cũng giúp đỡ được sinh linh ấy ngoài sự gia trì phù hộ của chư Phật và chư Bồ Tát hoặc những vị cao tăng trong thiền định của các ngài. Nhờ thế, sinh linh này có thể thành công trong việc làm, được sức khoẻ dồi dào, không bệnh tật v.v... và nhất là vì kiếp tái sinh nào cũng vô thường nên sinh linh ấy sẽ phải một lần nữa đương đầu với cái chết, và sự giúp đỡ hồi hướng của người Phật tử nói trên sẽ có công năng hướng dẫn sinh linh ấy tới một kiếp tái sinh thật sự thuận lợi.

Những công đức mà ta có thể làm cho thân nhân quá cố, là tạo tượng Phật, in ấn hoặc giúp lưu hành, phổ biến kinh sách, hoặc cúng dường Tam Bảo, giúp đỡ các tự viện. Ngoài ra ta cũng có thể bố thí cho người nghèo, người bệnh... Tóm lại, ta có thể giúp đỡ người quá cố bằng đủ mọi hình thức, [miễn là những việc hiền thiện, tốt lành, làm lợi lạc cho người khác].

KẾT LUẬN

Chúng ta đã nói một cách khá ngắn gọn **về những phương pháp** mà người Phật tử có thể làm để giúp những người trong thân trung ấm **hoặc** những người đã quá vãng từ lâu. Thời gian trôi **nhanh quá**, chúng ta đã có hai ngày **cùng nhau** thảo luận những đề tài khác nhau về cách giúp đỡ người lâm chung và những hương linh trong cõi trung ấm **hoặc** đã quá vãng và tái sinh. Quý vị đã đến khá đông đảo và đã chăm chú nghe, tôi rất vui mừng và cám ơn sự tham gia của quý vị.

Bây giờ, sau khi đã thâu thập được những sự hiểu biết như thế rồi, tôi **rất** mong quý vị có thể rút tỉa được những phương pháp áp dụng thực tiễn để giúp cho những chúng sinh đang ở trong các giai đoạn khó khăn trước [và sau] cửa tử. Tôi sẽ không quên cầu nguyện cho mọi người thành công trong những cố gắng này.

Khi nói đến *"phù trợ người lâm chung"*, phần đông chúng ta có khuynh hướng nghĩ rằng điều này chỉ liên quan đến **người khác** chứ không liên quan đến chính mình. Nhưng trên thực tế, điều này liên quan rất nhiều đến chính ta, vì ta cũng là người lâm chung trong tương lai. Chúng ta đã sinh ra đời, nghĩa là [chắc chắn] một ngày nào đó ta sẽ chết, điều này không thể tránh được. Nói cách khác, những gì chúng ta đã học, dĩ nhiên ta sẽ dùng để giúp đỡ **người khác**, và điều này rất tốt, rất đáng làm. Nhưng nếu không giúp được ai khác, nếu ta không bao giờ có cơ hội đem những hiểu biết của mình để làm lợi lạc cho **người khác** thì ít nhất một ngày nào đó ta sẽ có thể giúp được chính mình khi đến lượt ta. Cứ cho là mạng sống của ta còn dài, nhưng từ đây đến giờ phút ấy, lý tưởng nhất là chúng ta phải làm sao rút tỉa được tất cả những gì tốt đẹp nhất trong cuộc sống, và làm tất cả những gì lợi lạc nhất để chuẩn bị cho chính cái chết của mình trong tương lai.

Hiện chúng ta còn sống và khoẻ mạnh, nghĩa là ta đang có những điều kiện lý tưởng nhất để chuẩn bị cho cái chết của ta [về sau] được hoàn hảo. Và dĩ nhiên, điều đó tùy thuộc vào con đường của mỗi người, nghĩa là niềm tin vào một tôn giáo hay phi tôn giáo. Nhưng có tôn giáo hay không, điều đó không quan trọng. Điều quan trọng là sự chọn lựa của mỗi chúng ta để có thể tự chuẩn bị cho giây phút lìa đời của mình được lợi lạc nhất, hoàn hảo nhất.

Và như tôi vừa nói, chúng ta đang có được những điều kiện lý tưởng, vì chỉ riêng việc chúng ta có mặt với nhau ở đây [hôm nay] cũng đủ chứng tỏ rằng trên phương diện thể chất, chúng ta hãy còn mạnh khoẻ, thể xác hay tinh thần không bị giày vò nhức nhối đến mức không thể suy nghĩ được, không thể tư duy được. Cho dầu chúng ta có thể có những lúc đau đớn hay khó chịu nhưng không đến nỗi tất cả khả năng suy tư của ta bị ngưng trệ. Vậy thì, khi chúng ta hãy còn có thể tùy ý sử dụng khả năng tư duy của mình, cũng như khi không quá bệnh hoạn, không quá khổ đau hay lo âu, chúng ta nên tận dụng thời gian này để chuẩn bị.

Thời gian qua mau, nếu đợi đến lúc phải giáp mặt với những giây phút tế nhị nhất, tức là những giây phút cuối cùng của đời mình, chúng ta mới bắt đầu suy tư lần thứ nhất thì lúc ấy chúng ta có **nguy cơ chịu nhiều đau đớn thể xác và không còn suy nghĩ gì được nữa.**

Tôi **xin** mời mỗi người trong quý vị hãy cố gắng tự chuẩn bị khi các điều kiện **thể** chất và tinh thần còn cho phép. Tôi sẽ cầu nguyện cho quý vị đạt đến những kết quả tốt đẹp.

Ngoài ra tôi không có gì đặc biệt để nói thêm, **trừ một lời khuyên nhỏ: "Quý vị hãy cố gắng tối đa để *giữ cho tâm mình thanh thản và an bình.*"** Xin cho tôi được nhấn mạnh điều này. Bởi vì, để có thể làm một điều gì và muốn cho điều mình làm có kết quả tốt đẹp, thì *chúng ta phải làm với tâm thanh thản và an bình.* Điều này rất quan trọng.

Xin cám ơn tất cả quý vị!

Phù trợ người lâm chung

Contents

LỜI GIỚI THIỆU 5
DẪN NHẬP 19
Về tài liệu tham khảo 40
NHỮNG ĐIỀU CẦN BIẾT
     VỀ THỜI ĐIỂM LÂM CHUNG 42
PHÁT KHỞI TÂM NGUYỆN 42
Một con người 45
Tiến trình hiện tượng sinh 53
Tiến trình của hiện tượng chết 60
1. Chu kỳ tan rã thứ nhất: nhóm có liên quan với sắc uẩn........................68
Sắc uẩn: 69
Các triệu chứng 77
 Đại viên cảnh trí: Trí giống như mặt gương......78
Địa đại 80
 Thị giác 80
 Sắc tướng trong dòng tương tục 81
 Triệu chứng bên trong: 81
2. Chu kỳ tan rã thứ hai: nhóm có liên quan với thọ uẩn........................82
Thọ uẩn: 82
 Bình đẳng tánh trí: 83
 Thủy đại 83

Thính giác 83
Âm thanh trong dòng tương tục.....................84
Triệu chứng bên trong..84
3. Chu kỳ tan rã thứ ba: nhóm có liên quan với tưởng uẩn 84
Tưởng uẩn..85
Diệu quan sát trí..85
Hỏa đại..85
Tỷ giác...85
Những mùi hương 85
Triệu chứng bên trong..86
4. Chu kỳ tan rã thứ tư: nhóm có liên quan với hành uẩn 86
Hành uẩn..86
Thành sở tác trí..86
Phong đại 87
Vị giác...87
Các vị giác thuộc dòng tương tục.....................87
Xúc giác..87
Triệu chứng bên trong..88
5. Chu kỳ tan rã thứ năm: tâm thức màn trắng hiện 88
6. Chu kỳ tan rã thứ sáu: tâm thức màn đỏ tăng trưởng 89
7. Chu kỳ tan rã thứ bảy: tâm thức màn đen cận thành tựu 89
8. Chu kỳ tan rã thứ tám: tâm thức ánh tịnh quang của sự chết...89

Điều gì có ích cho ta vào lúc chết? 89
Phù trợ người lâm chung 103
Chú trọng tới hoàn cảnh của người lâm chung 103
1. Sự chuẩn bị đã hoàn thiện, hơn nữa, người lâm chung vẫn còn sáng suốt. 104
2. Người lâm chung không hề được chuẩn bị trước, hoặc có chuẩn bị nhưng không đủ. 104
3. Người lâm chung vướng phải một căn bệnh hay bị đau đớn làm cho mất sáng suốt. Người này cũng cần được giúp đỡ một cách thích đáng. 105
Chuẩn bị CHO VIỆC phù trợ người lâm chung 106
Tập trung tinh thần................................112
Thâu thập dữ kiện liên quan đến người lâm chung 113
Trạng thái tâm thức thích đáng 116
Kinh 11 niệm tưởng phải có 118
1. Niệm tưởng buông xả chấp thủ...................119
2. Niệm tưởng thương yêu giúp đỡ người khác ..135
3. Niệm tưởng hoàn toàn buông bỏ mọi hiềm thù 139
4. Niệm tưởng phát lộ sám hối 140
5. Niệm tưởng nghiêm trì giới luật.................143
6. Niệm tưởng làm giảm nhẹ tội nặng.............148
7. Niệm tưởng tăng trưởng các thiện căn dầu nhỏ bé 150
8. Niệm tưởng không sợ sệt trước các kiếp tái sinh tương lai...151

9. Niệm tưởng về sự vô thường của tất cả các
   pháp hữu vi 154
10. Niệm tưởng các pháp đều vô ngã 156
11. Niệm tưởng Niết-bàn là tịch tĩnh an lạc ...159
Kết luận 160
KINH ĐẠI THỪA NÓI VỀ CÁC DIỆU TRÍ VÔ THƯỢNG LÚC CẬN TỬ 161
1. Quán tánh Không 164
2. Quán đại bi 175
3. Tư duy "vô nhất vật" 184
4. Niệm tưởng vô chấp 187
5. Phật tại tâm 200
KẾT LUẬN 215
Lời thưa 224
TINH YẾU THỰC HÀNH PHÁP THÍ 225

Lời thưa

Trong kinh Pháp Cú, đức Phật dạy rằng: "Pháp thí thắng mọi thí." Thực hành Pháp thí là chia sẻ, truyền rộng lời Phật dạy đến với mọi người. Mỗi người Phật tử đều có thể tùy theo khả năng để thực hành Pháp thí bằng những cách thức như sau:

1. Cố gắng học hiểu và thực hành những lời Phật dạy. Tự mình học hiểu càng sâu rộng thì việc chia sẻ, bố thí Pháp càng có hiệu quả lớn lao hơn. Nên nhớ rằng **việc đọc sách còn quan trọng hơn cả việc mua sách**.

2. Phải trân quý kinh điển, sách vở in ấn lời Phật dạy. Khi có điều kiện thì mua, thỉnh về nhà để tự mình và người trong gia đình đều có điều kiện học hỏi làm theo. Không nên giữ làm của riêng mà phải sẵn lòng chia sẻ, truyền rộng, khuyến khích nhiều người khác cùng đọc và học theo. Không nên để kinh sách nằm yên đóng bụi trên kệ sách, vì **kinh sách không có người đọc thì không thể mang lại lợi ích**.

3. Tùy theo khả năng mà đóng góp tài vật, công sức để hỗ trợ cho những người làm công việc biên soạn, dịch thuật, in ấn, lưu hành kinh sách, **để ngày càng có thêm nhiều kinh sách quý được in ấn, lưu hành**.

Thông thường, việc chi tiêu một số tiền nhỏ không thể mang lại lợi ích lớn, nhưng nếu sử dụng vào việc giúp lưu hành kinh sách thì lợi ích sẽ lớn lao không thể suy lường. Đó là vì đã giúp cho nhiều người có thể hiểu và làm theo lời Phật dạy. Mong sao quý Phật tử khắp nơi đều lưu tâm đóng góp sức mình vào những việc như trên.

TINH YẾU THỰC HÀNH PHÁP THÍ

- *Mua thỉnh kinh sách về đọc, tự mình sẽ được rất nhiều lợi ích.*
- *Chia sẻ, truyền rộng bằng cách cho mượn, biếu tặng kinh sách đến nhiều người thì lợi ích ấy càng tăng thêm gấp nhiều lần.*
- *Đóng góp công sức, tài vật để hỗ trợ công việc biên soạn, dịch thuật, giảng giải, in ấn, lưu hành kinh sách thì công đức lớn lao không thể suy lường, vì có vô số người sẽ được lợi ích từ việc lưu hành kinh sách.*

www.ingramcontent.com/pod-product-compliance
Lightning Source LLC
LaVergne TN
LVHW021704060526
838200LV00050B/2502